மெமரி பூஸ்டர்

லதானந்த்

Title:
Memory Booster
© Lathananth

ISBN : 978-93-92474-16-3
Title Code : Sathyaa - 016

 நூல் தலைப்பு
மெமரி பூஸ்டர்

நூல் ஆசிரியர்
© லதானந்த்

முதற்பதிப்பு
செப்டம்பர் 2022

விலை : ₹ 150

பக்கம் : 102

Printed in India

Published by
Sathyaa Enterprises
No.137, First Floor,
Choolaimedu,
Chennai - 600 094.
044 - 4507 4203

Email
sathyaabooks@gmail.com

உள்ளே...

1. மெமரி பூஸ்டர் 1 — 5
2. மெமரி பூஸ்டர் 2 — 8
3. மெமரி பூஸ்டர் 3 — 11
4. மெமரி பூஸ்டர் 4 — 14
5. மெமரி பூஸ்டர் 5 — 17
6. மெமரி பூஸ்டர் 6 — 20
7. மெமரி பூஸ்டர் 7 — 24
8. மெமரி பூஸ்டர் 8 — 28
9. மெமரி பூஸ்டர் 9 — 31
10. மெமரி பூஸ்டர் 10 — 34
11. மெமரி பூஸ்டர் 11 — 37
12. மெமரி பூஸ்டர் 12 — 41
13. மெமரி பூஸ்டர் 13 — 45
14. மெமரி பூஸ்டர் 14 — 48
15. மெமரி பூஸ்டர் 15 — 51
16. மெமரி பூஸ்டர் 16 — 55

17. மெமரி பூஸ்டர் 17	59
18. மெமரி பூஸ்டர் 18	62
19. மெமரி பூஸ்டர் 19	66
20. மெமரி பூஸ்டர் 20	69
21. மெமரி பூஸ்டர் 21	73
22. மெமரி பூஸ்டர் 22	77
23. மெமரி பூஸ்டர் 23	81
24. மெமரி பூஸ்டர் 24	84
25. மெமரி பூஸ்டர் 25	87
26. மெமரி பூஸ்டர் 26	91
27. மெமரி பூஸ்டர் 27	95
28. மெமரி பூஸ்டர் 28	99

மெமரி பூஸ்டர்

(1)

"If you want to improve your memory, lend someone money"

– ஆப்பிரிக்கப் பழமொழி

எந்திரன் படத்தில் சுவாரசியமான காட்சி ஒன்றில் ரோபோ ரஜினி தலயணை சைஸ் உள்ள ஒரு டெலிஃபோன் டைரக்டரியைத் தன் கண் முன்னே விரித்து ஒரு வீசு வீசுவார். அதிலுள்ள தகவல்கள் அனைத்தும் அவரது 'மூளையில்' பதிந்து விடும். நமக்கு இப்படி ஒரு ஆற்றல் இருந்தால் எவ்வளவு நன்றாயிருக்கும்?

அட! அவ்வளவு ஏன்? 'மூன்று மாதத்துக்கும் முன் காலாண்டுத் தேர்வுக்குப் படித்த பாடங்கள் அப்படியே நினைவில் இருந்தால் எவ்வளவு ஜோராயிருக்கும்?' என்று மாணவர்களும், 'போன வாரம் அறிமுகப் படுத்தி வைத்தவரின் பெயர் தொண்டையில் இருக்கிறது வாய்க்கு வர மறுக்கிறது' என்று நம்மில் பலரும் கையை உதறிக் கொள்ளுவது அடிக்கடி நடக்கத்தானே செய்கிறது!

இதாவது பரவாயில்லை. ஒரு நண்பரின் சோகக் கதையைக் கேளுங்கள். ஒரு நாள் பொழுது எல்லாருக்கும் போலத்தான் அவருக்கும்

விடிந்தது. என்றுமில்லாத திருநாளாக மனைவி அதிகாலையிலேயே எழுந்து புத்தாடை உடுத்திப் புதிதாக வாங்கிய நெக்லஸையும் போட்டுக் கொண்டு. 'கிழக்கு மின்னா நின்னு ஆசீர்வாதம் பண்ணுங்க' என்று சொல்லி நமஸ்கரித்திருக்கிறார். நண்பரும், 'இது ஏதோ டீவி சீரியலின் எஃபக்டாக இருக்கும்' என்று அசுவாரசியமாக ஆசீர்வாதம் செய்து விட்டுப் படித்துக் கொண்டிருந்த நாளேட்டில் அன்றைய தினப் புது ஊழல் செய்தியை ஆர்வமாய்த் தொடர ஆரம்பித்திருக்கிறார். கொஞ்ச நேரம் கழித்துப் பார்த்தால் இருப்பதிலேயே அகோரமான, அரதப் பழசான புடவையுடன், மூசு மூசு என்று அழுத கண்ணும் சிந்திய மூக்குமாக மனைவி 'ணங்' என்ற ஓசையுடன் காப்பிக் கோப்பையை வைத்து விட்டு விருட்டென்று போயிருக்கிறார். அப்போதும் நண்பர் அதைப் பொருட்டாக எடுத்துக்கொள்ளவில்லை. 'இப்போதெல்லாம் காலங் காலையிலேயே அழுவாச்சி சீரியல்கள் போடுவார்கள் போல' என்று நினைத்து மீண்டும் ஊழலில் மூழ்கிவிட்டார். கடைசியில்தான் தெரிந்தது அன்று சகதர்மிணிக்குப் பிறந்தநாள் என்பதும் தாம் வாழ்த்துச் சொல்ல மறந்ததும்!

இவ்வள்வு ஏன்? இதைப் பாருங்கள்.! பூர்ணம் விஸ்வநாதன் நடிக்க வரும் முன் ஆல் இண்டியா ரேடியோவில் செய்தி வாசிப்பாளராக இருந் திருக்கிறார். ஒரு நாள், "செய்திகள் வாசிப்பது" என்று ஆரம்பித்த வருக்குத் தனது பெயரே மறந்து போய் ஸ்தம்பித்து விட்டாராம்!

'இப்படியெல்லாம் ஏன் ஏற்படுகிறது? நமக்கு மட்டும்தான் இந்த மறதியென்னும் பேய் பிடித்திருக்கிறதா?' என்ற ஆயாசம் பலருக்கும் ஏற்படுவது இயற்கையே!

அஷ்டாவதானிகள், தசாவதானிகள் என்று சிலர் இருக்கிறார்கள். ஒரே சமயத்தில் எட்டுச் செயல்களைச் செய்பவர் அஷ்டாவதானி. பத்து வேலைகளைச் செய்பவர் தசாவதானி.

'அட ஒரு வேலையையே உருப்படியாகச் செய்ய முடியவில்லை. இதுல எட்டுக்கும் பத்துக்கும் எங்க போறது' என்ற ஆதங்கம் ஏற்படு கிறதா?

இன்னும் சிலர் 1330 குறளையும் அப்படியே ஒப்பிப்பார்கள். திருக்குறளின் ஆரம்ப வார்த்தை அல்லது இறுதி வார்த்தையைச்

சொன்னால் முழுக் குறளும் சொல்வார்கள். சில மேடைப் பேச்சாளர்கள் இலக்கியங்களிலிருந்து பல வரிகளையும் பிழையில்லாமல் மேடையில் முழங்குவார்கள்.

'இதெல்லாம் எப்படிச் சாத்தியமாகிறது? சிறு செய்திகளைக்கூட நினவில் இருத்திக் கொள்ளச் சிரமப்படுகிறோமே ஏன்?' என்கிறீர்களா? பொறுங்கள்.

நினைவாற்றல் என்பது என்ன? நாம் கற்ற அல்லது தெரிந்து கொண்ட செய்திகளைத் திரும்பவும் அப்படியே உணர்ந்து வெளிக் கொணர்வதுதான். தேவையான குறுகிய கால நினைவுகளை நீண்ட கால நினைவுகளாக மாற்றும் வித்தை கைவசப்பட்டால் மறதிக்கு டாட்டா காட்டி விடலாம்.

'அதெல்லாம் சரி!. சந்தடி சாக்கில், 'நீண்ட கால நினைவு' என்று போகிற போக்கில் சொன்னீர்களே? அப்படியென்றால் நினைவுகளில் நீண்ட கால நினைவு, குறுகிய கால நினைவு என்று பேதம் இருக்கிறதா' என்கிறீர்களா?

ஆம்! இருக்கிறது. "காலம்பர இன்னா நாஸ்டா துன்னே நைனா" என்று உங்கள் நண்பர் மண்ணடி மாரி குசலம் விசாரிக்கும்போது, "கொழாப் புட்டும் கொண்டக் கடலைக் கூட்டும்" என்று பதில் சொல்வது குறுகிய கால நினைவுக்கு உதாரணம். ஆனால், '1.3.1997 காலை என்ன சாப்பிட்டீர்கள்' என்று கேட்டால் பதில் சொல்ல முடியுமா?

அதே சமயம் உங்கள் பெற்றோரின் பெயர் என்று எப்போது கேட்டாலும் சொல்ல முடியும். இது நீண்டகால மெமரிக்கு உதாரணம்.

தேவையான சில குறுகிய கால நினைவுகளை நீண்ட கால நினைவுகளாக மாற்றித் தேவையான நேரத்தில் பிசகாமல் வெளிக் கொண்டு வருவதை 'நினைவாற்றல்' என்று சுருக்கமாகச் சொல்லலாம்.

இந்தத் தொடரில் நினைவாற்றல் பற்றிக் கூடுதல் விவரங்களையும் அதை மேம்படுத்துவது பற்றியும் விலாவரியாகப் பார்ப்போம். சரிங்களா?

❑ ❑ ❑

மெமரி பூஸ்டர்
(2)

"Memory is everyone's friend - it leaves you when you need it most"

– ஸ்பெயின் நாட்டுப் பழமொழி

'என்னத்தக் கன்னையா' என்று ஒரு நடிகர் இருந்தார். ஒரு திரைப் படத்தில் எந்த ஒரு விஷயத்தை அவரிடம் சொன்னாலும், "என்னத்த செஞ்சு என்னத்த ஆகப் போகுது?" என்று அவநம்பிக்கையாகவே அடிக்கடி பேசும் பாத்திரத்தில் நடித்ததால் அவருக்கு அந்தப் பெயர் ஏற்பட்டது. அவரைபோல, "என்னத்தப் பயிற்சி செஞ்சு என்னத்த நினைவாற்றலை அதிகப்படுத்துறது?"என்ற மனோபாவம் கூடாது.

நிச்சயம் என்னாலும் நினைவாற்றலை அதிகரித்துக் கொள்ள முடியும் என்ற ஒரு நேர்மறை எண்ணத்தோடு வழிமுறைகளைக் கற்றுக் கொள்ளுவோம்.

மாணவர்கள் படிக்க அமரும்போது தங்களின் ஒட்டு மொத்த கவனத்தையும் படிக்கிற பாடங்களின்மேல் செலுத்த வேண்டும். ஐம்புலன்களும் படிக்கிற விஷயத்தில் இருக்க வேண்டுமே தவிர கவனச் சிதறல் கூடவே கூடாது.

உதாரணமாக ஒரு பாடத்தைப் படிக்கும் வேளையில் சமையலறையிலிருந்தோ டைனிங் ஹாலில் இருந்தோ கமகமக்கும் குருமா வாசம் வீசினால் நிச்சயம் படிக்கிற விஷயம் மனதில் இருந்து கசிய வாய்ப்பிருக்கும்.

சில மாணவர்கள் தொலைக்காட்சிப் பெட்டியின் முன் அமர்ந்து, கொஞ்ச நேரம் கிரிக்கெட் மேட்சையும் கொஞ்ச நேரம் பாடம் படிப்பதையும் செய்வதைப் பார்க்கலாம். பேசாமல் கிரிக்கெட்டைக் கொஞ்ச நேரம் நிம்மதியாகப் பார்த்துவிட்டு டீவியை அணைத்துப் பிறகு படிக்க ஆரம்பிப்பது நல்ல பலனைக் கொடுக்கும்

இன்னும் சில பேர் ஏதாவது கொறித்துக் கொண்டே பாடம் படிப்பார்கள். மூளையில் உள்ள நியுரோ ட்ரான்ஸ்மிட்டர்கள் தின்பண்டத்தின் சுவைக்கும், பாடத்துக்கும் தனது நினைவிறுத்தும் திறனைப் பங்கிட்டுக் கொடுக்கும். எனவே படிப்பது நினைவில் தங்குவது குறையும்.

இயர் ஃபோனைக் காதில் மாட்டிகொண்டு படித்தால் சங்கீதமும் மனதில் நிற்காது. பாடமும் மனதில் ஏறாது.

குழந்தைகளைத் தட்டிக் கொடுத்துக் கொண்டோ நண்பனுடன் விளையாடிக் கொண்டோ படிப்பதும் எதிர்பார்க்கும் விளைவுகளைத் தராது.

எந்தவிதக் கவனச் சிதறலும் இல்லாமல் அமைதியாக மனதை ஒருமுகப் படுத்தினால் மட்டுமே படிப்பதை நினைவில் பதிக்க இயலும்.

ஆமாம். கொஞ்சம் கஷ்டமாகத்தான் இருக்கும். இப்பொழுது சிரமம் பார்க்காமல் இந்தத் தொடரில் சொல்லப்படும் வழிமுறைகளைப் பின்பற்றினால் நினைவாற்றல் மேம்படும். தேர்வில் கூடுதல் மதிப்பெண் கிடைக்கும். மேற்படிப்பில் தரமான கல்லூரியில் சிறப்பான பிரிவைத் தேர்ந்தெடுக்கலாம். நல்ல வேலையில் அமரலாம். அட்டகாசமான எதிர்காலம் உங்களுக்குக் காத்திருக்கிறது.

நினைவாற்றல் பயிற்சிகள் ஆரம்பத்தில் கடினமாகத் தோன்றலாம். முயற்சியும் பயிற்சியும் இருந்தால் பிரகாசமான எதிர்காலம் கைகூடும் என்ற நம்பிக்கையோடு அடுத்த விஷயத்தைப் பார்ப்போம்.

படிக்கின்ற சூழல் என்பதும் மிக முக்கியமான ஒன்று. மனசுக்குள் படிப்பதே நல்லது என்றாலும் லேசாக முணுமுணுப்பதில் தவறே இல்லை. உங்கள் குரலை நீங்களே கூர்ந்து கேட்பது தேர்வின் போது படித்தைத் திரும்ப எழுத்து வடிவில் கொண்டுவரக் கூடுதல் பங்களிப்பைத் தரும்.

சிரமம் தராத வசதியான இருக்கை, சரியான கோணத்தில் கிடைக்கும் உரிய வெளிச்சம், காற்றோட்டமான சுற்றுப் புறம் போன்றவை நாம் படிக்கின்ற விஷயங்களில் மட்டும் நாம் கவனம் செலுத்தப் பெரிதும் உதவும். இவற்றை அமைத்துத் தருவதில் பெற்றோரின் பங்கும் மிக அதிகம்.

தீவிரமாகப் படித்துக் கொண்டிருக்கும் மாணவனை, “டேய் சீனு! போய் ஒரு கிலோ கடலை மாவு வாங்கிட்டு வாடா! ஒங்கப்பாவுக்கு பஜ்ஜி சாப்டணும்போல இருக்காம்” என்று விரட்டினால் நிச்சயம் நினைவில் இருத்தும் ஆற்றல் குறையவே செய்யும்.

கம்பைன் ஸ்டடி என்பது ஒரு ஃபேஷனாக இப்போது நிலவுகிறது. இரண்டு மாணவர்கள் தனித் தனியே ஒரு குறிப்பிட்ட பாடத்தை நன்கு படித்துவிட்டுப் பின்னர் இருவரும் சேர்ந்து அந்தப் பாடத்தைப் பற்றி விவாதிக்கும்போது ஒருவர் இன்னொருவருக்கு உதவியாகவும் மறந்து போன பாயின்டுகளை எடுத்துக் கொடுக்கவும் வாய்ப்புண்டு.

ஓர் ஆராய்ச்சி எலுமிச்சையில் செய்தார்களாம். அளவில் பெரியதாக ஆனால் விதைகள் ஏராளம் கொண்ட ரகத்தையும் அளவில் சிறியதாக ஆனால் மிக மிகக் குறைவான விதைகள் கொண்ட ரகத்தையும் கலப்புச் செய்து புதிய ரகத்தை விஞ்ஞானிகள் உற்பத்தி செய்தார்களாம். அவர்களது எதிர்பார்ப்பு என்னவென்றால் பழமும் பெரிதாக இருக்க வேண்டும் விதைகளும் மிகக் குறைவாக இருக்க வேண்டும். கலப்பின் விளைவாகக் கிடைத்தது என்ன தெரியுமா? பழமும் சின்னது. விதைகளோ எக்கச்சக்கம். உங்கள் கம்பைன் ஸ்டடி இந்த மாதிரி ஆகிவிடக் கூடாது. சரிங்களா?

❒ ❒ ❒

மெமரி பூஸ்டர்

(3)

”A beautiful maxim in the memory is like a piece of gold in the purse“

– ஃபிரான்ஸ் நாட்டுப் பழமொழி

ஜனகராஜ் ஒரு படத்தில் சிகரட் என நினைத்துப் பட்டாஸ் ஒன்றைத் தன் வாயில் வைத்துத் திரியில் நெருப்பும் வைத்து விடுவார். அது வெடித்துக் காயம் ஏறபட்டபோது, “வாயில இருக்கிறது சிகரட் அல்ல. பட்டாஸுனு ஏன் ஒருத்தருமே சொல்லல?” என்று பரிதாபமாக்க் கேட்பார்.

இதைப் போலத் தேர்வில் குறைவான மதிப்பெண் எடுத்துவிட்டு, ’நினைவாற்றலை மேம்படுத்தப் பயிற்சிகள் இருக்குனு ஏன் யாருமே சொல்லலை?’ என்று வருத்தப் படுவதில் அர்த்தமில்லை

மன அழுத்தம் (ளவசநளள) நினைவாற்றலை மிகவும் பாதிக்கக் கூடியது. வீட்டில் பெற்றோரிடையே நிலவும் மனக் கசப்புக்களும், உணவு, உடை போன்ற அடிப்படைத் தேவைகள் போதுமான அளவில் இல்லாதிருப்பது, தாழ்வு மனப்பான்மை இப்படி மன அழுத்தம் ஏற்பட ஏராளமான காரணங்கள் இருக்கின்றன. இன்னும் சொல்லப் போனால் மன அழுத்தம் இல்லாதவர்களே உலகில் இல்லை எனலாம். படிக்கின்ற

மாணவர்களுக்கு, இயன்ற வரை குடும்பச் சூழ்நிலையால் மன இறுக்கம் ஏற்படாமல் பார்த்துக் கொள்ளுவது பெற்றோரின் கடமை.

பாரபட்சமில்லாமல் நடந்து கொள்ளுவது, பாடங்களைப் புரிந்து கொள்ளச் சிரமப்படும் மாணவர்களுக்குச் சிறப்புக் கவனம் எடுத்து விளங்கும் வரை சொல்லிக் கொடுப்பது போன்றவை ஆசிரியர்களின் கடமை.

மாணவர்களும் படிப்பதைத் தங்களுக்குப் பிடித்த ஒன்றைச் செய்யும் மனோபாவத்துடன் அணுக வேண்டும். மூளைக்கு ஒரு பிரத்தியேகக் குணம் உண்டு. மனதுக்குப் பிடித்த விஷயங்களையே அது நினைவில் அழுத்தமாக வைத்துக் கொள்ளுகிறது. எப்போதோ பார்த்த விறுவிறுப் பான திரைப்படமும் நீண்ட நாளைக்கு முன் சென்ற பிக்னிக்கும் இன்றும் நினைவில் இருப்பதே இதற்குச் சரியான உதாரணங்களாகும்.

'மன அழுத்தத்துடன் இருந்தால் என்ன ஆகும் ஏன் மறதி வருகிறது' என்பதைப் பார்ப்போம்.

நினைவில் ஒரு செய்தியை நிறுத்திக் கொள்ளும்போது முதலில் ந்யூரான்கள் மூலமாக அச்செய்திகள் மூளையை அடைகின்றன. அங்கு செய்திகள் "நினைவு"களாகப் பதிவாகின்றன. பதிவான செய்திகளை மூளையில் உள்ள ஹிப்போகேம்பஸ் என்ற பகுதி, நீண்ட கால ஞாபகமாக நிறுத்திக் கொள்ளுமாறு சிகனல் செய்கிறது. அமைக்டாலா என்னும் பகுதி உணர்வுகளை நினைவுகளாகப் பிரதி எடுக்கிறது. செரிபரல் கார்டெக்ஸ் என்ற பகுதி நமது நீண்ட கால நினைவுகளைப் பகுத்துத் தனது வெவ்வேறு பகுதிகளில் சேமித்து வைக்கிறது. அடுத்து அதே செய்தியை வெளிக் கொண்டு வரும்போது மூளையின் கட்டளைக் கிணங்க ஏற்கனவே நீண்டகால ஞாபகமாகப் பதிவான செய்திகள் மூளையில் உள்ள கோடானு கோடி ந்யூரோ ட்ரான்ஸ்மிட்டர்களின் துணையால் 'வெளிவரும் நினைவு'களாக மேலெழும்பி வருகின்றன

இந்தச் சிக்கலான, நுட்பமான நடைமுறை மன அழுத்தம் இல்லாத சமயத்தில்தான் ஒழுங்காக நடைபெறும்.

மன அழுத்தம் அதிகம் ஏற்பட்டால் பிட்யூட்டரி என்னும் சுரப்பி தூண்டப்படுகிறது. அது அட்ரீனல் என்னும் இன்னொரு சுரப்பியைத் தூண்டி அட்ரீனலீன் என்னும் ஹார்மோனைச் சுரக்க வைக்கிறது.

இத்துடன் சுரக்கும் கார்டிசால் மூளையின் செல்களை நேரிடையாகப் பாதிக்கிறது. எத்தனை முறை படித்தாலும் மனதில் பதியாமல் போவதற்கு இது மிக முக்கியமான காரணமாகும். எனவே கூடிய வரை பதட்டம், அதீத உணர்வுக் கலவைகள், மன இறுக்கம் போன்றவற்றைத் தவிர்ப்பது நினைவாற்றல் மேம்பாட்டுக்கு உகந்தது.

சரி! மிகவும் சீரியஸாகக் கட்டுரை இருந்து, அதனால் மன அழுத்தம் வந்து விடப் போகிறது என்பதால் நினைவில் இருத்திக் கொள்ளும் எளிய பயிற்சி ஒன்றைப் பார்க்கலாம்.

ஒரு செய்தியை நினைவில் இருத்தும்போது ஏதேனும் வேடிக்கை யான கதையையோ அனுபவத்தையோ இணைக்கும் முறை ஒன்று உள்ளது. உதார்ணமாக ஆங்கிலத்தில் stationary என்றும் stationery என்றும் இரண்டு வார்த்தைகள் இருக்கின்றன. ஏறக் குறைய ஒரே உச்சரிப்பு. ளவயவடையேசல என்றால் ஒரே இடத்தில் இருப்பது. ளவயவடைநேசல என்றால் எழுதுபொருட்கள். 'எது ஒரே இடத்தில் இருப்பது? எது எழுதுபொருளுக்கான ஸ்பெல்லிங்?' இந்த இரண்டு வார்த்தைகளுக்கும் அடிக்கடி ஸ்பெல்லிங்கில் சந்தேகம் வரும். தவறுத லாக எழுதவும் நேரிடும். எப்படி நினைவில் இருத்துவது?

என் சொந்த அனுபவத்தைச் சொல்லுகிறேன். அப்போது நான் எட்டாம் வகுப்பில் படித்துக் கொண்டிருந்தேன். ஹரிதாஸ் என்று ஒரு நண்பன். அப்போதே சிகரட் குடிப்பது க்ளாஸ் கட் அடிப்பது போன்ற வற்றைச் செய்வான். என் வீட்டுக்கு இது தெரிந்ததால், "அரி கூடச் சேராதே! முன்னுக்கு வர முடியாது. ஒரே க்ளாசுல ஒக்காந்துக்க வேண்டியதாயிரும்" என்று கடுமையாக எச்சரித்தார்கள்.

அடுத்த நாள் பாடத்தில் stationary, stationery இரண்டும் வந்தன. மனதில் ஒரு பொறி. "அரி கூடச் சேந்தா மேல வரமுடியாது. நகர முடியாது. ஒரே எடத்துல இருக்கணும். அப்ப ளவயவடைஹேசுலு என்றால் ஒரே இடத்துல இருப்பது. ஆஹா! ஒண்ணு ஞாபகம் வெச்சுகிட்டா இன்னொண்ணு - அதாவது ளவயவடைநேசுலு = எழுது பொருள்!"

❒ ❒ ❒

மெமரி பூஸ்டர்
(4)

"Experience is the father of wisdom and memory the mother"

– அமெரிக்க நாட்டுப் பழமொழி

நினைவாற்றல் என்பது மூளையில் பதிவாகியிருக்கும் செய்திகளை மறுபடியும் வரவழைக்கும் உத்தி என ஏற்கனவே பார்த்தோம் இல்லையா? நாம் கற்ற அல்லது அனுபவித்த செய்திகளைத் திரும்பவும் வரவழைப்பதில் உணவுப் பழக்கங்களும், உணவு உண்ணும் முறைகளும், உண்ணும் உணவுகளும் பெரும் பங்கு வகிக்கின்றன.

நமது உடலில் இதயம் போலவே தொடர்ந்து வேலை செய்து கொண்டேயிருக்கும் உறுப்பு மூளையாகும். எனவே தகுந்த சத்துணவின் மூலம் மூளையைத் தொடர்ந்து செயல் திறனோடு வைத்திருக்க வேண்டியது மிகவும் அவசியம்.

பொதுவாக மூன்று வேளை திருப்தியாகச் சாப்பிடுவதற்குப் பதிலாக அதே அளவு உணவை ஐந்து அல்லது ஆறு வேளைகளுக்குப் பிரித்து உண்ணுவது நல்லது. படிப்பதற்கு முன்னர் வயிறு நிரம்ப உண்ணுவதோ, அல்லது மிகக் குறைவாக உண்ணுவதோ நினைவில் செய்திகளை இருத்தும் ஆற்றலைக் குறைத்துவிடும்.

உணவருந்தாமல் படிக்க அமரவே கூடாது. காலியான வயிறு இருந்தால் மனம் தன்னையறியாமல் சாப்பிடுவதையே நினைத்துக் கொண்டிருக்கும். ரசாயனம் படிக்கும்போது ரசம் சாதம் நினைவுக்கு வந்தால் எது ஜெயிக்கும்?

அதே போல சாம்பார், கூட்டு, பொறியல், ரசம், தயிர் என ஒரு கட்டுக் கட்டி விட்டுப் படிக்க உட்காருவதும் நல்லதல்ல. வயிறு நிறையச் சாப்பிடும்போது ரத்த ஓட்டம் ஜீரண உறுப்புகளுக்கு அதிகம் போவதால் மூளைக்குச் செல்லும் ரத்தத்தின் அளவு குறையும்.

சாதத்தை - அதிலும் குறிப்பாகத் தயிர் சாதத்தைத் தவிர்ப்பது நல்லது. ஒரு வித அசமஞ்சமான மன நிலையையும் தூக்கத்தையும் தர வல்லது முழுச் சாப்பாடு. எனவே சிற்றுண்டி ஏதேனும் சாப்பிட்டுவிட்டுப் படிக்க உட்காருவதே உத்தமம்.

சத்தான உணவுகள் எப்படி உடல் ஆரோக்கியத்துக்கு முக்கியமோ அதே போல நினைவாற்றல் மேம்பாட்டுக்கும் சத்தான உணவுகள் மிக முக்கியமானவை.

உடைக்காத தானிய வகைகள், ஒமேகா 3 எனப்படும் நல்ல கொழுப்பை அதிகரிக்கும் கொழுப்பு அமிலங்கள் நிறைந்த உணவுகள், பழங்கள் போன்றவை நினைவாற்றலை அதிகரிக்கச் செய்யும் குணம் கொண்டவை என ஆராய்ச்சியாளர்கள் கண்டு பிடித்திருக்கிறார்கள். மூளையில் சேரும் கெட்ட புரோட்டீன்கள் நினைவாற்றலை மழுங் கடிப்பன ஆகும். ஒமேகா - 3 இந்தக் கெட்ட புரோட்டீன்களை விரட்டி அடிக்கும் சக்தி கொண்டது.

மூளையின் செயலாற்றலை அதிகரிப்பதில் வைட்டமின் B சிறப்பான பங்கு வகிக்கிறது. குறிப்பாக B6, B12, ஃபோலிக் அமிலம் ஆகியன முக்கிய மானவையாகும். DNA உருவாக்குதல், சரி செய்தல், செல்கள் உருவாக்கம், சிவப்பணு உற்பத்தி போன்றவற்றுடன் மூளை வளர்ச்சி மற்றும் மூளை யின் செயல்பாட்டுக்கு இவை அவசியமாகும்.

ஃபோலிக் அமிலம் என்பதில் உள்ள ஃபோலிக் என்ற வார்த்தையே ஃபோலியம் என்ற லத்தீன் வார்த்தையில் இருந்து வந்ததுதான். ஃபோலியம் என்றால் “இலை’ என்று பொருள். ஆம். அனைத்து வகைக் கீரைகள், பொதினா, கொத்தமல்லி, வல்லாரை போன்ற பசும்

இலைகளில் இந்த வகைச் சத்துக்கள் நிரம்ப உள்ளன.

வைட்டமின்கள் C, D, E, K, A, B ஆகியவையும் காரட்டில் இருக்கும் கரோடினாய்ட் என்பதுவும் நினைவாற்றல் மேம்பாட்டுக்கு உதவுவன ஆகும். பச்சைக் காய்கறிகளும் நல்ல பலன் தரும்.

வைட்டமின்கள் C மற்றும் E ஆகியவற்றை ஆன்டி ஆக்ஸிடன்டுகள் என்பார்கள். புற்றுநோய், இதய நோய் ஆகியனவற்றைத் தவிர்ப்பதுடன் இவை ரத்தத்தில் ஆக்ஸிஜன் அளவைச் சீராக வைத்து மூளைக்கும் தேவையான ஆஸிஜன் செல்லுவதை உறுதிப் படுத்துகின்றன. மூளைக்குத் தேவையான ஆக்ஸிஜன் செல்லுவது நினைவாற்றலுக்கு இன்றியமையாதது ஆகும்.

ஜீன் கார்பெர் என்பவர் எழுதியுள்ள, "Your Miracle Brain" என்ற புத்தகத்தில் வைட்டமின் E மூளைக்குச் செல்லும் ரத்த நாளங்களை எந்த அளவு வலுப்படுத்துகிறது என்பதை விவரித்திருப்பார்.

ஆப்பிள், பேரீச்சை போன்றவை மன நலத்துக்கு மிகவும் உகந்தவை.

மூளையில் உள்ள ஹிப்போகேம்பஸ் வலுவாக இருக்க மக்னீஷியம் மிகவும் அவசியம். அது முட்டைக்கோஸில் உள்ளதால் அதை உணவில் தினமும் சேர்க்கலாம்.

தினசரி திராட்சை ரசம் பருகி வருவது மூளைக்கு மிக நல்லது.

பாதாம் பருப்பும் வால்நட்டும் மூளை நர்ம்புகள நல்ல செயல் திறத்தோடு வைத்திருக்கக் கூடியன ஆகும்.

தேர்வெழுதப் போகும் முன்னர் தரமான காஃபி அருந்துவது சுறுசுறுப்பைத் தருகிறது என்பதும் கவனிக்க வேண்டிய ஒன்று.

மாதுளம் பழச் சாறு அற்புதமான மூளை ஊக்கி ஆகும்.

நினைவாற்றாலுக்கு உகந்த உணவுகளையும் நினைவாற்றலை மழுங்கடிக்கும் உணவுகளையும் அடுத்த இதழிலும் பார்ப்போம்.

❒ ❒ ❒

மெமரி பூஸ்டர்

(5)

”Memory is life's clock.”

– ஸ்பெயின் நாட்டுப்பழமொழி

மூளையை நன்கு செயல்பட வைக்கும் சத்தான உணவுகளை உண்ணாவிட்டால் மூளையில் பதிவாக வேண்டிய செய்திகள் சரிவரப் பதிவாகாமல் போகவும் வாய்ப்புண்டு.

தினசரி பூண்டு சாப்பிட்டால், மிக நுட்பமான அளவில் அதிலுள்ள செலெனியம் என்னும் மூலகம், மன நிலையைக் குதூகலமாக வைத்திருக்க உதவும். நல்ல மனநிலையில் படித்தால் மனதில் பதிவதும் எளிதாக இருக்கும்தானே!

வைட்டமின் B வகைகளில் ஒன்றான இனோசிடால் என்னும் வேதிப் பொருள் மன இறுக்கத்தைக் குறைத்துத் தெளிவாகச் சிந்திக்க உதவுகிறது. பழங்கள், தானியங்கள், கொட்டைகள் போன்றவற்றில் இது உள்ளது. கைக்குத்தல் அரிசி, முட்டை, சீஸ், ஓட்ஸ் போன்றவற்றில் வைட்டமின் க்ஷ அதிகம் உள்ளது.

புரோட்டீன்களுக்குச் செய்திகளை உள்வாங்கும் திறனை அதிகரிக்கவும் உள்வாங்கிய செய்திகளை நினைவில் பதிய வைக்கவும் முடியும்.

கண்களை மூடிக் கொண்டு சாப்பிடும் பயிற்சி மூளையின் செயல் பாட்டை அதிகரிக்கும் என்றும் ஆராய்ச்சிகள் தெரிவிக்கின்றன. வேடிக்கையாகத் தோன்றினாலும் கண்களை மூடிக் கொண்டு சாப்பிடும் போது தொடுதல், வாசனை போன்ற செயல்பாடுகளை மூளை முடுக்கி விடும் என்கிறார்கள்.

டெக்ஸாஸ் பெண்கள் பல்கலைக் கழகத்தில் குழந்தைகளுக்குத் தினமும் ஒரு கோப்பை ஆரஞ்சுப் பழ ரசம் அருந்தக் கொடுத்து ஆராய்ந்ததில் அவர்களது நினைவாற்றல் திறன் மேம்பட்டிருப்பதைக் கண்டிருக்கிறார்கள்.

லைபோய்க் அமிலம் என்பது மூளையின் நரம்பு செல்களைப் பாது காக்கக் கூடியது. இது மிருகங்களின் கிட்னி, இதயம் போன்றவற்றில் அதிகம் உள்ளது.

ஹ்யூபெர்ஸைன் A என்பது ஒரு வகையான அல்கலாய்ட் வகை வேதிப் பொருள். Huperzia serrata என்னும் ஒரு வகைப் பாசியினின்றும் தயாரிக்கப்படுவது இது. நினைவாற்றல் மேம்பாட்டுக்காக இதை உட்கொள்ளலாம் என மேலை நாடுகளில் சிபாரிசு செய்கின்றனர்.

பூச்சி கொல்லிகளின் மணம், ஃப்ளூரைடு கலந்த தண்ணீர் போன்றவை மூளை செல்களைப் பாதிக்கக் கூடியவை ஆகும்.

அதிக அளவில் சர்க்கரை எடுத்துக் கொள்ளுவது விரைவில் மூளை யின் செல்களை முதுமையடையச் செய்யும். சர்க்கரை அதிகம் சேர்த்துக் கொண்டால் அதை ஈடுகட்ட அதிக அளவு இன்சுலின் சுரக்க வேண்டி யிருக்கும். அது ஒரு வித மந்தமான மனநிலையை உருவாக்கக் கூடும்.

உருளைக் கிழங்கு சிப்ஸ் போன்றவற்றைப் படிக்கப் போகும் முன்னர் தவிர்ப்பது நல்லது.

1986ல் டாக்டர் ஜேன் கோல்ட்மேன் என்பவர் அமெரிக்காவில் உள்ள கன்னெக்டிகட் என்ற பலகலைக் கழகத்தில் நடத்திய ஆராய்ச்சி யில் குளிர்பானங்களைக் குடிப்பது நினைவாற்றலைக் குறைக்கிறது என்று நிரூபித்திருக்கிறார்.

செயற்கையாக வண்ணமூட்டப்பட்ட உணவுகள், செயற்கை இனிபேற்றப்பட்டவை போன்றவையும் மூளைக்கு ஆகாதவை.

ஆலிவ் எண்ணை நினைவாற்றலை அதிகரிக்கச் செய்யும். கெட்ட கொழுப்புக்கள் நினைவாற்றலை மங்கச் செய்யும்.

அசைவ உணவு சாப்பிடுவோர் ஆட்டு ஈரலைச் சமைத்துச் சாப்பிடு வதன் மூலம் ஆன்டி ஆக்ஸிடன்டுகள் தரும் சத்தினைப் பெறலாம். எலுமிச்சை, நாரத்தை போன்ற பழங்கள், சோயா பீன்ஸ் விதைகள், கொட்டைகள் போன்றவை ஆன்டி ஆக்ஸிடன்டுகள் அதிகம் கொண்டவை. சாதாரணத் தேநீர் அருந்துவதற்குப் பதிலாக க்ரீன் டீ என்னும் பசுந்தேயிலைத் தூளில் தயாரிக்கப்பட்ட தேநீரை அருந்தலாம். இதிலும் ஆன்டி ஆக்ஸிடன்டுகள் நிரம்ப உள்ளன.

அலர்ஜி ஏற்படும் உணவுகளையும், ஜீரணக் கோளாறுகள் ஏற்படுத்தும் உணவுகளையும் அறவே நீக்க வேண்டும்.

மீனெண்ணையை (Cad Liver Oil) மாத்திரை வடிவில் எடுத்துக் கொள்ளுவது நல்ல பயன்களைத் தரும். இது மூளையில் உள்ள உணர்ச்சி வயப்படும் பகுதிகளைத் தூண்டி, ஒரு முகப்படுத்த உதவுகிறது.

மீனை உணவாக உண்ணுதல் நினைவாற்றலை மேம்படுத்தும் என ஆய்வில் கண்டறிந்திருக்கிறார்கள். மீனை மிக அதிக அளவில் உண்ணும் ஜப்பானியர்களுக்கு மன அழுத்தம் மிகவும் குறைவாகவே உள்ளதாம்!

க்ரியாடைன் என்னும் அமினோ அமிலம் இறைச்சியில் இருக்கிறது. பொதுவாகத் தடகள வீரர்கள் தசைகள் வலுப் பெறுவதற்காக இதை உபயோகிப்பார்கள்.

ராயல் சொஸைட்டி வெளியிட்ட ஓர் ஆராய்ச்சியில், டாக்டர் கரோலின் ரே என்பவர், தினசரி 5 கிராம் அளவுக்கு க்ரியா டைன் கிடைக்குமாறு உணவு எடுத்துக்கொள்ளுவது நினைவாற்றலை மேம்படுத்துகிறது எனத் தெரிவித்துள்ளார்.

மலச் சிக்கல் இருந்தால் சிந்தனையில் தெளிவிருக்காது. இது இல்லாமல் பார்த்துக் கொள்ளுவது நல்லது. தமிழ்வாணனிடம் ஒரு முறை கேட்டார்கள். 'உலகத்திலேயே பெரிய சிக்கல் எது' என்று. "மலச் சிக்கல்" எனப் பதில் சொன்னார் தமிழ்வாணன்.

❏ ❏ ❏

மெமரி பூஸ்டர்
(6)

"Sound mind in sound body"

– ரோமன் நாட்டுப் பழமொழி

ரோமானியக் கவிஞர் ஜுவெனல் என்பவரது புகழ் பெற்ற வாசகம் "Mens sana in corpore sano" என்பதாகும். ஆரோக்கியமான உடலில்தான் ஆரோக்கியமான மனம் இருக்கும் என்பது இதன் பொருள்.

நல்ல நினைவாற்றல் என்னும் மண்டபத்துக்கு நன்கு தூண்கள். சத்துணவு, மன அழுத்த மேலாண்மை, மனம் தூண்டப்படுதல் இவற்றோடு நான்காவதாக உடற்பயிற்சி என்பார்கள்.

நமது நினைவாற்றலும் உடலும் மிகவும் நெருங்கிய தொடர்புடையன. உடற்பயிற்சி மன அழுத்தத்தைக் குறைக்கும் ஓர் அரு மருந்தாகும். உடற்பயிற்சி செய்யாதவர்கள் எளிதாக உணர்ச்சிகளுக்கு ஆளாவதும் அதன் காரணமாகத் தொடர் விளைவுகளுக்கு உட்பட்டு மன இறுக்கத்துக்கு ஆளாவதையும் ஆராய்ச்சியாளர்கள் கண்டு பிடித்திருக்கிறார்கள். உடற்பயிற்சியைத் தொடர்ந்து செய்பவர்களுக்கு மன அழுத்தம் குறைவதற்கு இதுவே காரணம். மன அழுத்தம் இருந்தால் செய்திகள்

மனதில் சரிவரப் பதியாதது மட்டுமல்ல - தேவைப்படும்போது திரும்ப நினைவுக்கும் கொண்டு வருவதிலும் சிக்கலும் ஏற்படும்.

உடற்பயிற்சி உடல் தசைகளுக்கு வலுவூட்டுவது மட்டுமல்லாமல் மனதுக்கும் புத்துணர்ச்சி தருவதாக அமைந்துள்ளது. மனதில் புதிய செய்திகள் பதிவாக இடத்தை ஏற்படுத்திக் கொடுப்பது போன்றதொரு நிகழ்வை உடற்பயிற்சிகள் செய்கின்றன. புதிய ஒரு பாடத்தைப் படிப்பதற்கோ அல்லது புதியதாக ஒரு மொழியைக் கற்றுக் கொள்ளு வதற்கோ தேவையான புத்திக் கூர்மையை உடற்பயிற்சிகள் அளிப்பதாக ஆய்வுகள் கூறுகின்றன.

உடற்பயிற்சி செய்துகொண்டே ஏற்கனவே படித்த பாடத்தை நினைவுகூர முயற்சியுங்கள். நீங்களே அதிசயிக்கத் தக்க வகையில் உங்கள் நினைவாற்றல் மேம்படுவதைக் கண்கூடாக அறியலாம்.

தொடர்ந்து படிப்பதற்கிடையில் காலாற ஒரு பத்து நிமிட வாக்கிங் அல்லது வீட்டு மொட்டை மாடியிலேயே சின்னதாக ஓர் உடற்பயிற்சி போன்றவற்றில் ஈடுபட்டுவிட்டுப் பிறகு படிப்பைத் தொடருங்கள். நல்ல முன்னேற்றம் தென்படுவதை உணரலாம். இயற்கைச் சூழ்நிலையில் உடற்பயிற்சி செய்வதைப் பசுமை உடற்பயிற்சி என்று மேலை நாடுகளில் சொல்லுவார்கள். இவ்வகை உடற்பயிற்சி, மூளை நரம்புகளை மிக ஆரோக்கியமாக வைத்திருக்க உதவுகிறது. நல்ல நினைவாற்றலுக்கு நிம்மதியான தூக்கம் தேவை. அப்படிப்பட்ட உறக்கத்தை அளிக்க வல்லவை உடற்பயிற்சிகளே!

மூளையின் நினைவாற்றல் கேந்திரமான ஹிப்போகேம்பஸ் பகுதியில் செல் உற்பத்தியினை, சுறுசுறுப்பான உடற்பயிற்சி அல்லது நடைப் பயிற்சி அதிகரிக்கிறது. ஹிப்போகேம்பஸ் பகுதிதான் ஞாபகசக்தி டிபார்ட்மென்டின் தலைமைப் பீடம்.

உடற்பயிற்சியின்போது கூடுதலான ரத்தம் மூளைக்குப் பாய்கிறது. அதன் மூலம் அதிக அளவு ஆக்ஸிஜன் மூளைக்குக் கிடைக்கிறது. இது ந்யூரான்களைத் தூண்டிவிட்டு ஆழ்ந்து செய்திகளை நிலைநிறுத்தப் பெரிதும் உதவுகிறது.

இதயம் நன்கு செயல்பட்டால்தான் ரத்தம் உடலின் ஏனைய பாகங் களுக்கு நன்கு பம்ப் செய்யப்படும். இதயத்தின் சீரான செயல்பாட்டுக்குப்

பேருதவியாக இருப்பது உடற்பயிற்சியே! மேலும் மூளைக்குச் செல்லும் ரத்தத்தில் கலந்துள்ள சர்க்கரையின் அளவைக் கட்டுப்படுத்தவும் உடற்பயிற்சி உதவுகிறது.

மூளை நன்கு செயல்பட்டால்தான் நினைவாற்றலும் நல்ல நிலையில் இருக்கும். மூளையின் திறமையான செயல்பாட்டுக்கு நல்ல ஆக்ஸிஜன் சப்ளை மிக மிக அவசியம். நல்ல ஆக்ஸிஜன் சப்ளைக்கு நுரையீரல், இதயம் போன்ற உறுப்புக்களின் செயல்பாடு மிகவும் அவசியமாகிறது. இவைகளும் உடலின் இதர பாகங்களும் குறைவின்றி இயங்க உடற்பயிற்சி மிகவும் முக்கியம் ஆகும்.

கடினமாக யோசிக்கும்போதோ அல்லது செய்திகளை மீண்டும் நினைவுக்குக் கொண்டு வரும்போதோ மூளை கடுமையாக வேலை செய்கிறது. அப்போது சில நச்சு வேதிப் பொருட்கள் உருவாகலாம். ஒரு விதமான மந்தமான மனநிலை ஏற்படுவதை நாம் உணர்வதற்கு இதுவே காரணம். உடற்பயிற்சி செய்யும்போது ரத்த ஓட்டம் அதிகரிக்கிற தல்லவா? அப்போது இந்தக் கழிவுப் பொருட்கள் விரைவாக அப்புறப்படுத்தப்படுகின்றன.

உடற்பயிற்சியின்போது நுரையீரலில் சுத்தமான ஆக்ஸிஜன் நிரம்பிய காற்று அதிக அளவில் உள்வாங்கப்படுகிறது. இது ரத்த ஓட்டத்தில் கலந்து மூளைக்கு அதிக அளவு ஆக்ஸிஜனைத் தருகிறது. அதேபோல கார்பன்-டை-ஆக்ஸைடு போன்ற கழிவுப் பொருட்களையும் அதிக அளவில் வெளியேற்றுகிறது.

உடற்பயிற்சியின்போது எண்டார்ஃபின் என்னும் வேதிப் பொருள் ரத்த ஓட்டத்தில் கலக்கிறது. இது ஒருவிதமான மகிழ்ச்சியான மன நிலையை அளிக்கும். அதேபோல உடற்பயிற்சி டொபாமைன் என்ற நியூரோ ஹார்மோன் சுரப்பையும் ஊக்குவித்து நல்ல உற்சாகமான மனநிலையைக் கொடுக்கிறது. இவ்வகை மனநிலையில் படிக்கும்போது அற்புதமாகப் பாடங்கள் மனதில் பதியும்.

உடற்பயிற்சி ந்யூரோஜெனெஸிஸ் என்னும் செயலை மேம்படுத்து கிறது. ந்யூரோஜெனெஸிஸ் என்பது மூளையில் புது செல்களை உற்பத்தி செய்வதாகும். இந்த செல்கள், கற்பதற்கும் நினைவாற்றலுக்கும் உறு துணையாய் இருப்பன ஆகும்.

உடற்பயிற்சிகள் நியூட்ரோஃபைன் என்னும் புரதச் சுரப்பை அதிகரித்து மூளை நரம்பணுக்களாகிய நியூரான்களின் செயல்பாட்டை அதிகரிக்கச் செய்கின்றன. நியூரான்களுக்கிடையே தகவல் பரிமாற்றம் நிகழுவதையும் இது அதிகரிக்கிறது.

உடற்பயிற்சி நினைவாற்றலோடு தொடர்புடைய மூளையின் ந்யூரோ ட்ரன்ஸ்மிட்டர்களை ஒருங்கிணைக்கிறது.

உடற்பயிற்சிக்கும் நினைவாற்றலுக்கும் உள்ள தொடர்புகள் பற்றிய சில கூடுதல் விவரங்களை அடுத்த வாரம் பார்ப்போம்.

மெமரி பூஸ்டர்
(7)

"Wholesome exercise in the free air, under the wide sky, is the best medicine for body and spirit"

- Sarah Louise Arnold

நினைவாற்றல் தொடர்பான நேரடியான விளக்கங்களையும் செயல் முறைகளையும் பற்றிச் சொல்வதற்கு முன்னால் உடற்பயிற்சி எப்படி மூளை நல்ல முறையில் இயங்கத் தேவையான இதர உறுப்புகளின் செயல்பாட்டை மேம்படுத்துகிறது என்பதைப் பார்த்துவிடலாம்.

சிறிது நேரம் ஜாகிங் செய்துவிட்டுப் படிக்கும்போது அது நினை வாற்றலை மேம்படுத்துவதை ஆராய்ச்சிகள் நிரூபித்திருக்கின்றன.

மன அழுத்தம், படபடப்பு, தன்னிரக்கம் போன்றவை குறைந்தால் செய்திகள் நினைவில் பதிவதும் வேண்டும்போது திரும்பக் கொண்டு வருவதும் வேகமாக நடக்கும். உடற்பயிற்சிகள் இதற்கு உதவுகின்றன.

அமெரிக்க நாட்டின் ஜார்ஜியா பல்கலைக் கழகத்தின் உடற்பயிற்சி விஞ்ஞானியான ஃபிலிப் டாம்ப்ரோவ்ஸ்கி உடற்பயிற்சிக்கும் நினை வாற்றலுக்கும் இடையே உள்ள தொடர்பை 30 ஆண்டுகளாக ஆராய்ச்சி

செய்தவர். தெளிவாகச் சிந்திக்க, உடற்பயிற்சி உதவுகிறது என்பது அவரின் ஆய்வுகளின் முடிவாகும்.

ஃபிலிப் டாம்ப்ரோவ்ஸ்கியின் கருத்துப்படி 15லிருந்து 20 நிமிட உடற்பயிற்சி மூளை நரம்புகளைத் தூண்டப் போதுமானது என்கிறார். இந்த நேரத்தை மெதுவாக அதிகரித்துக் கொண்டே வந்து, குறைந்தது அரை மணியிலிருந்து முக்கால் மணி வரை பயிற்சியிலோ அல்லது நடையிலேயோ செலவிட்டால் அபாரமான பலன்களைப் பெறலாம்.

ஹார்வர்ட் மெடிக்கல் பள்ளியின் உளவியல் பேராசிரியர் டாக்டர். ஜான். ஜே .ராடே என்பவர் உடற்பயிற்சி, நரம்புகளுக்கு மிக நன்மை புரிவதையும் அறிவாற்றல் மேம்படுவதையும் ஆராய்ச்சி மூலம் வெளிப்படுத்தியிருக்கிறார். மூளையின் பல பகுதிகளையும் மூளையின் ஸ்டெம் செல்களையும் தூண்டுவதை “Spark : The Revolutionary New Science of Exercise and the Brain” என்ற தமது புத்தகத்தில் விவரித்திருக் கிறார். இந்த ஸ்டெம் செல்கள் மூளை செல்களைப் புதிதாக உருவாக்கும் வல்லமை படைத்தவை.

டாக்டர் ராடே, மூளையின் அதிமுக்கியமான வெளிப் படலமான நியோகார்டெக்ஸ் என்ற பகுதியை உடற்பயிற்சிகள் தூண்டுவதால் மூளையின் செயல்பாடு அதிகரித்து, ஒரு செய்தியைக் கூர்ந்து கவனிக்கும் திறன், மனதில் உள்வாங்கும் ஆற்றல் மற்றும் நினைவில் இருத்தும் சக்தி ஆகியனவற்றை அதிகரித்திருப்பதாகக் கண்டுபிடித்திருக்கிறார்.

உடற்பயிற்சிகளில் ஏரோபிக் வகை மிகவும் சிறந்தது என்பது இவரது கண்டுபிடிப்பாகும். ஏரோபிக் வகை உடற்பயிற்சிகள் கணக்கு போன்ற பாடங்களில் விடைகளை சரியாகக் கண்டு பிடிக்கவும், முடிவுகளை விரைவில் எடுக்கவும் உதவுகின்றன. உடற்பயிற்சி செய்தவுடன் மனதை ஒருமுகப்படுத்தவும் செய்திகளைப் பிழையில்லாமல் நினைவுக்குக் கொண்டு வரவும் எளிதாகிறது என உடற்பயிற்சியினைத் தொடர்ந்து செய்பவர்கள் கூறுகிறார்கள்.

சாதாரணமாக உடற்பயிற்சி செய்த ஒரு மணி நேரத்திலிருந்து ஒன்றரை மணி நேரம் வரை நினைவாற்றல் மிக அதிக அளவில் இருப்ப தாகவும் கண்டு பிடித்திருக்கிறார்கள். எனவே இந்த நேரத்தைப் படிப்ப தற்குச் செலவு செய்தால் நல்ல பலன்கள் கிடைக்கும்.

பலர் ஆரம்பத்தில் மிக முனைப்போடு நடைப் பயிற்சி, உடற்பயிற்சி இவற்றில் ஈடுபடுவார்கள். ஆனால் சில நாட்களில் அவறைக் கைவிட்டு விடுவார்கள். பிறகு கொஞ்ச நாள் கழித்து மறுபடியும் ஆரம்பிப்பார்கள். ஆனால் தொடர மாட்டார்கள். காரணம் மிகவும் சிம்பிளானது. உடற்பயிற்சி செய்வதை அவர்கள் மனதார விரும்பிச் செய்யவில்லை என்பதுதான் பொருள். நினைவாற்றலை மேம்படுத்தும் அபூர்வ சக்தி உடற்பயிற்சிக்கு உண்டு என்பதை முதலில் மனதார நம்புங்கள். அதன் பின்னர் ரசனையோடு - மகிழ்ச்சியோடு உள்ளார்ந்த ஈடுபாட்டோடு செய்ய ஆரம்பியுங்கள். நிச்சயம் உங்களால் தொடர்ந்து செய்ய முடியும்.

உடற்பயிற்சியை நீங்கள் மனதார ஏற்று ரசனையோடு, மகிழ்ச்சி யோடு செய்யும் போதுதான் நினைவாற்றலில் மேம்பாடு ஏற்படும். வேண்டா வெறுப்பாகவோ கடனே என்றோ செய்தால் உடல் தசைகள் வேண்டுமானால் வலுவடையும். ஆனால் நினைவாற்றல் மேம்படாது!

ஆரம்பத்தில் ஒரு சின்ன வாக்கிங்கில் ஆரம்பியுங்கள். மெல்ல மெல்ல நடையின் வேகத்தை அதிகரியுங்கள் நடையின் தூரத்தையும் அதிகரி யுங்கள். சைக்கிள் ஓட்டுவதும் நல்ல பலனைக் கொடுக்கும்.

எவ்வகையான உடற்பயிற்சிகளை மேற்கொள்ளலாம் என்பதை உரிய மருத்துவ ஆலோசனையுடன் பின்பற்றுவது நலம். அதே சமயம் தேவைக்கும் மிக அதிகமாக உடற்பயிற்சி செய்வதும் விரும்பத்தக்கதல்ல என்பதையும் நினைவில் கொள்ள வேண்டும்.

சுருக்கமாகச் சொன்னால் உடற்பயிற்சி செய்வதன் மூலம்,

✓ மூளை செல்களின் ஆயுள் நீடிக்கப்படுகிறது.

✓ மூளையின் நரம்பு செல்களின் எண்ணிக்கையைப் பெருக்குகிறது.

✓ நரம்பு செல்களின் வளர்ச்சிக்கு உறுதுணையாய் இருக்கிறது.

✓ ரத்த ஓட்டம் செம்மைப் படுத்தப்படுகிறது

✓ அல்ஸைமர், டெம்னீஷியா போன்ற நினைவாற்றல் தொடர்பான நோய்களில் இருந்து பாதுகாக்கிறது.

✓ வயதாவதால் ஏற்படும் மறதியைக் குறைக்கிறது.

✓ பிரச்சினைகளுக்குத் தீர்வு காண்பதில் உதவுகிறது.

✓ *மன அழுத்தம், படபடப்பு ஆகியவற்றைக் குறைக்கிறது.*

✓ *நினைவாற்றல், கவனம் செலுத்துதல், மனதை ஒருமுகப்படுத்துதல் ஆகியவற்றை மேம்பாடு அடையச் செய்கிறது.*

✓ *உற்சாகமும் மகிழ்ச்சியும் கொண்ட மனோநிலையைத் தருகிறது.*

நினைவாற்றல் தொடர்பான சில நேரடியான செய்முறைப் பயிற்சிகளை அடுத்த வாரம் பார்ப்போம்.

❑ ❑ ❑

மெமரி பூஸ்டர்

(8)

"Gratitude is the memory of the heart"

– இத்தாலி நாட்டுப் பழமொழி

நினைவாற்றல் மேம்பாட்டுக்குத் துணைபுரியும் அற்புதமான கோட்பாட்டுக்கு நிமோனிக்ஸ் என்று பெயர். ஏதேனும் ஒரு குறிப்பு அல்லது க்ளூவின் மூலம் ஏற்கனவே நாம் தெரிந்து வைத்திருக்கும் ஒரு செய்தியினை மறுபடியும் நினைவுக்கு வரவழைப்பதுதான் நிமோனிக்ஸ். நமக்கு நன்கு தெரிந்த ஒரு காட்சியையோ, வார்த்தையையோ, வாக்கியத்தையோ மனதில் நினைத்தவுடன், அது நாம் நினைவுக்குக் கொண்டுவர வேண்டிய வேறு ஒரு செய்தியை நம்மை நினைக்கும்படி செய்யும் வேலையை நிமோனிக்ஸ் உத்திகள் செய்கின்றன.

ஓர் உதாரணத்தைப் பார்ப்போம். அட்வைஸ் என்ற ஆங்கில வார்த்தைக்கு என்ன ஸ்பெல்லிங்? ADVICE என்பது சரியா அல்லது ADVISE என்பது சரியா?

இரண்டுமே சரியான உச்சரிப்புத்தான். ஆனால் ஒன்று பெயர்ச் சொல்லைக் குறிப்பது (noun) இன்னொன்று வினைச் சொல்லைக் (verb)

குறிப்பது. ஆனால் ADVICE பெயர்ச் சொல்லா அல்லது ADVISE பெயர்ச் சொல்லா?

இப்போதுதான் நிமோனிக்ஸ் கைகொடுக்கிறது. நம்மில் எல்லோருக்குமே ஐஸ் என்று சொல்லப்படும் பனிக்கட்டி என்னவென்று தெரியுமல்லவா? அது ஒரு பெயர்ச் சொல் என்பதும் தெரியும். ADVICEல் ICE என்னும் பெயர்ச் சொல் இருக்கிறது. எனவே ஆக ADVICE என்பது பெயர்ச் சொல். ADVICE பெயர்ச்சொல் என்பது இப்போது மனதில் பதிந்து விட்டதல்லவா? எனவே இன்னொன்று - அதாவது ADVISE வினைச் சொல்லாகத்தான் இருக்க வேண்டும்.

உதாரணம் :

I gave you advice *(அட்வைஸ் பெயர்ச் சொல்லாக வருகிறது)*

I advise you *(அட்வைஸ் வினைச் சொல்லாக வருகிறது)*

இப்படித் தெரிந்த ஒரு விஷயத்தின் மூலம் தெரியாத இன்னொரு விஷயத்தைத் தெளிவாக்கிக் கொள்ளுவது நிமோனிக்ஸில் ஓர் உத்தி. இதைப் போல ஏராளாமான உத்திகள் இருக்கின்றன. ஒவ்வொன்றாக உதாரணங்களுடன் பார்ப்போம்.

இவ்வகையான நிமோனிக்ஸ் உத்திகளைப் பயன்படுத்துவதற்குக் கொஞ்சம் கற்பனா சக்தி நிச்சயம் வேண்டும். முதலில் சற்றே கடினமாகத் தோன்றினாலும் இதைப் பயன்படுத்த ஆரம்பித்து விட்டீர்களானால் உங்கள் நினைவாற்றல் அதிசயிக்கத்தக்க வகையில் அதிகரிப்பதைக் கண்கூடாகக் காணலாம்.

அடுத்தாக இன்னோர் உதாரணத்தைப் பார்க்கலாம். கேஷுவாலிடி என்ற வார்த்தையைக் கேள்விப்பட்டிருப்பீர்கள். அவசர சிகிச்சைப் பிரிவுக்கு மருத்துவமனைகளில் 'கேஷுவாலிடி வார்ட்' என்று தனிப் பகுதியே இருக்கும். இந்தக் கேஷுவாலிடி என்ற வார்த்தையை ஆங்கிலத்தில் எழுதிப் பாருங்கள். 90% பேர் தவறுதலாக CASUALITY என்று எழுதுவார்கள். CASUALTY என்பதே சரியான ஸ்பெல்லிங். ஆம்! I கிடையாது. இதை எப்படி ஞாபகத்தில் வைத்துக் கொள்ளுவது? I என்றால் நான் என்று அர்த்தம் இருக்கிறதல்லவா? 'நான் கேஷுவாலிடி வார்டில் இருக்க மாட்டேன்' என்றுதானே எல்லோரும் விரும்பு

வார்கள். அதனால் கேஷுவாலிடியில் I கிடையாது என மனதில் இருத்திக் கொள்ளுங்கள். ஒருபோதும் அவ்வார்த்தைக்கான ஸ்பெல்லிங் மறக்காது.

ட்யூஷன் என்னும் வார்த்தையைக் கவனியுங்கள். அந்த வார்த்தையை எழுதும்போது பலபேர் TUTION என்று தவறாக எழுதுவதைப் பார்க்கலாம். TUITION என்பதே சரி. 'I' அதாவது நான் ட்யூஷன் படிக்கிறேன்' என மனதுக்குள் சொல்லிப் பார்த்துக் கொள்ளுங்கள். ட்யூஷனில் I இருப்பது மறக்காது.

accommodate என்ற வார்த்தையில் C மற்றும் M ஆகிய எழுத்துக்கள் இரு முறை வரும். பல பேர் ஒரு C அல்லது ஒரு M மட்டுமே இருக்கும்படி தவறாக எழுதுவார்கள். Accommodate என்றால் 'தங்க வை' எனப் பொருள். '2 C மற்றும் 2 M தங்கும் அளவுக்கு அந்த வார்த்தையில் வசதி செய்து கொடுப்போம்' என மனதில் இருத்திக் கொள்ளுங்கள். அந்த வார்த்தையில் ஸ்பெல்லிங் தவறாக எழுத மாட்டீர்கள்.

மேலே சொன்னவை எல்லாம் ஒரு சிறு துளிதான். நிமோனிக்ஸ் கோட்பாட்டில் ஏராளமான உத்திகள் இருக்கின்றன. வரும் அத்தியாயங்களில் ஒவ்வொன்றாக உதாரணங்களுடன் பார்ப்போம். பக்கம் பக்கமாக உள்ள பெரிய விடைகளையும் கூட மிக எளிமையாக நினைவில் இருத்தக் கூடிய அற்புத வித்தையை அவை உங்களுக்குக் கற்றுக் கொடுக்கும்!

❒ ❒ ❒

மெமரி பூஸ்டர் (9)

"A successful writer has a good memory and hopes that others do not have it"

– ஸ்வீடன் நாட்டுப் பழமொழி

'**கல்**யாண ராமன்' என்ற படத்தில் ஒரு டூயட் பாடலைப் பாடுவதற்காக அதைப் பல முறை மனப்பாடம் செய்வார் கமல்ஹாசன். ஆனாலும் பாடும்போது அவருக்கு இடையில் மறந்து போய் விடும். "ஐய்யய்யோ மறந்து போச்சே" எனச் சொல்லிக் கொண்டே பாக்கெட்டில் இருக்கும் குறிப்பை எடுத்துப் பார்த்துக் கொள்ளுவார். நம்மிலும் பலருக்கு இப்படி மறந்து போகும் அனுபவம் ஏற்பட்டிருக்கும். (பாட்டுப் பாடும்போது அல்ல. பரிட்சையில் பதில் எழுதும்போது!) பயிற்சிகளை முறையாகப் பின்பற்றினால் இக்குறையைத் தவிர்க்கலாம்.

டோனி புஸான் என்னும் அறிஞர் நினைவாற்றல் பற்றி மிக நீண்ட ஆய்வுகள் மேற்கொண்டவர். அவரது கருத்தின்படி நினைவாற்றல் மேம்பட, செய்திகளை ஒன்றுடன் ஒன்று இணைக்கும் திறனும், அதற்கான கற்பனை வளமும் வேண்டும் என்கிறார்.

நிமோனிக்ஸ் அப்படிப்பட்ட தகுதிகளை வளர்த்துக் கொள்ள

உதவுகிறது. நிமோனிக்ஸ் என்ற வார்த்தை 'நெமோனிகோஸ்' என்ற பழங்காலக் கிரேக்க வார்த்தையில் இருந்து தோன்றியது. 'ஞாபக சக்தி' என்று இந்த வார்த்தைக்கு அர்த்தம். நிமோனிக்ஸ் உத்தி பல பிரிவுகளை உள்ளடக்கியது.

அக்ரோனிம் உத்தி (Acronyms)

இதற்கு முதலெழுத்து முறை எனவும் பெயர் உண்டு. நினைவுகூர வேண்டிய வார்த்தைகளின் முதல் எழுத்துக்களை வைத்துப் புதிதாக ஒரு வார்த்தையைக் கண்டுபிடிப்பதை அக்ரோனிம் Achronyme எனலாம். இது மிகவும் எளிமையான முறை.

பார்க்கப் போனால் நாம் அன்றாடம் பயன்படுத்தும் வார்த்தைகளின் பல குறுகிய வடிவங்கள் (abbreviation) அனைத்தும் அக்ரோனிம்களே. உதாரணமாக World Health Organisation என்பதை WHO என்றும் United States of America என்பதை USA என்றும் சொல்வோமில்லையா அதுவேதான். கணிதத்தில் உதாரணம் ஒன்றைப் பார்ப்போம்.

முக்கியமான சமன்பாடுகள் Parenthesis Exponents Multiplication Division Addition Subtraction என்பன ஆகும். இவற்றின் முதல் எழுத்துக் களைக் கொண்டு உருவாக்கப் பட்ட ஒரு அக்ரோனிம் PEMDAS என்பது.

ஒருமுறை கவனமாக மேற்படி 6 வார்த்தைகளையும் படித்துவிட்டு அவைகளின் முதலெழுத்துக்களைக் கோர்த்து உருவாக்கிய PEDMAS என்ற வார்த்தையையும் மனதில் பதித்துக் கொள்ளுங்கள். அடுத்த முறை இநத ஒரே வார்த்தை உங்களுக்கு மேற்படி 6 வார்த்தைகளையும் நினைவுக்குக் கொண்டு வந்து விடும். என்ன வார்த்தையை உருவாக்கி னோம் என்பதை மறந்து விடாமல் இருக்க அந்தப் புதிய வார்த்தையை மட்டும் அந்தப் பாடம் இருக்கும் பக்கத்தில் ஓரமாக எழுதி வைத்துக் கொள்ளுங்கள்.

வானவில்லின் ஏழு நிறங்களான Violet, Indigo, Blue, Green, Yellow, Orange, Red ஆகிய வார்த்தைகளின் முதல் எழுத்துக்களைக் கொண்டு உருவாக்கப்பட்டது VIBGYOR என்ற புகழ் பெற்ற அக்ரோனிம். விலங்கியல் பாடத்தில் இருந்து ஓர் உதாரணத்தைப் பார்ப்போம்.

குடலில் உற்பத்தியாகும் குடல் நீரில் இருக்கும் என்ஸைம்கள் :

- Enterkinase
- Erypsin
- Maltase
- Sucrose
- Lactase

Intestinal lipase ஆகியன ஆகும்.

மேலே உள்ளவற்றின் முதலெழுத்துக்களை E, E, M, S, L, I ஆகியன அல்லவா? லேசாக இந்த வரிசையை மாற்றி ஆஐளுடுநுநு என்ற வார்த்தையை உருவாக்கலாம். மேலும் விலங்கியல் டீச்சரை ப்ரூஸ்லீ போலவும் கற்பனை செய்து கொண்டால் - ப்ரூஸ்லீ குத்து விட்டால்...... குடல் நீரெல்லாம் வெளிவந்து விடும் என்றும் கற்பனையை ஓட விட்டால்..... தேர்வில், ”குடல் நீரில் இருக்கும் என்ஸைம்கள் என்ன?” என்று கேள்வி வரும்போது MISLEE ஞாபகத்துக்கு உடனே வரும். சிரமம் இல்லாமல் சரியான விடையை முழுமையாக எழுதிவிட முடியும் அல்லவா?

செல் பிரிதலில் உள்ள நான்கு நிலைகளை Interphase, Prophase, Metaphase, Anaphase, Telephase என்பார்கள். இதற்கான அக்ரோனிம் IPMAT. துப்பாக்கி சுடும் பயிற்சியின்போது பின்வருவனவற்றை வரிசைக் கிரமமாகச் செய்ய வேண்டும் என்பார்கள்.

- Breath
- Relax
- Aim
- Sight
- Shoot

இதற்கான அக்ரோனிம் BRASS. துப்பாக்கியில் உள்ள பித்தளைப் பட்டையையும் நினைவில் கொண்டால் இந்த அக்ரோனிம் கூடுதல் நன்மை தரும். இப்பொழுது புரிகிறதா டோனி புஸான் சொல்ல வந்தது என்னவென்று? இதுதாங்க செய்திகளை ஒன்றுக்கொன்று இணைப்பது மற்றும் கற்பனா சக்தியைப் பயன்படுத்துவது என்பது.

❒ ❒ ❒

மெமரி பூஸ்டர்
(10)

Memory slips, letters remain.

– வேல்ஸ் நாட்டுப் பழமொழி

*ச*ரஸ்வதி சபதம் படத்தில் சரஸ்வதி தேவியின் அருளால் சிவாஜிக்கு ஞானம் பிறக்கும். அவர் பக்தியோடு பாடுவார்.

> "அகர முதல எழுத்தெல்லாம் அறிய வைத்தாய் தேவி
> ஆதி பகவன் முதலென்றே உணர வைத்தாய் தேவி
> இயல் இசை நாடக தீபம் ஏற்றி வைத்தாய் நீயே
> ஈன்றவர் நெஞ்சை இன்று குளிர வைத்தாய் தாயே"

என்று ஆரம்பிக்கும் இப்பாடலின் ஒவ்வொரு வரியின் முதலெழுத்தும் உயிரெழுத்தாக வருமாறு இருக்கும். இப்போது நாம் பார்க்கப்போகும் அக்ரோஸ்டிக் என்ற நினைவாற்றல் உத்திக்கு இது ஒரு சிறந்த உதாரணம்.

முதலில் அக்ரோஸ்டிக் என்றால் என்ன என்று பார்த்து விடலாம்.

கிரேக்க மொழியில் அக்ரோஸ் என்றால் 'முதல்' என்றும் 'ஸ்டிக்கோஸ்' என்றால் 'பாடல் வரி' என்றும் பொருள்.

நினைவு கொள்ள வேண்டிய வார்த்தைகளின் முதல் எழுத்துக்களை வைத்து ஒரு பாடலை அமைப்பது அக்ரோஸ்டிக் ஆகும். கட்டுரையின் ஆரம்பத்தில் இருக்கும் பாடலை இந்த விளக்கத்தோடு மறுமுறையும் படியுங்கள். ஒருவர் தமிழின் உயிரெழுத்துக்களை நினைவு கொள்ள விரும்பினால் இப்பாடலில் உள்ள வரிகளின் முந்தலெழுத்துக்கள் உதவுவதைப் பார்க்கலாம்.

இந்த உத்தியைப் பயன்படுத்தி, நினைவுகூர வேண்டிய வார்த்தை களின் முதலெழுத்தைக் கொண்டு வாக்கியங்களையும் அமைக்கலாம். அந்த வாக்கியம் நினைவில் இருக்கும்படியாக - சுவையானதாக அமைத்து விட்டால் - அதிலுள்ள வார்த்தைகளின் முதலெழுத்துக்கள் நீங்கள் நினைவு கொள்ள வேண்டிய பாயிண்டுகளைத் 'தர தர' என்று இழுத்துக் கொண்டு வடும் வித்தையைச் செய்யும். உதாரணங்களுடன் பார்ப்போம்.

சென்ற இதழில் கணிதத்தில் உள்ள முக்கியச் செயல்பாடுகளான Parentheses, Exponents, Multiplication, Division, Addition, Subtraction என்பதை நினைவு கூற PEMDAS என்ற வார்த்தையைப் பயன்படுத்தி னோம் அல்லவா?

மேற்படி வார்த்தைகளை வரிசைக் கிரமமாக வைத்துக் கொள்ள P, E, M, D, A, S என்ற எழுத்துக்களை முதல் எழுத்துக்களாகக் கொண்டு உருவாக்கப்பட்ட புகழ் பெற்ற அக்ரோஸ்டிக் வாசகம் "Please Excuse My Dear Aunt Sally" என்பதாகும். நாம் லேசாக நம் ஊருக்கு ஏற்றபடி இதை மாற்றி "Please Excuse Me Dear Aunty Saroja" என்று வைத்துக் கொள்ள லாம்.

ஒரு தாவரத்தையோ அல்லது விலங்கையோ குறிப்பதற்கு உயிரின வகைப்பாடு என்பார்கள். அதில் பின்வருவனவற்றை வரிசையாகக் குறிப்பிடவேண்டும்.

Kingdom, Phylum, Class, Order, Family, Genus, மற்றும் Specie

இதில் உள்ள முதல் எழுத்துக்களான K,P,C,O,F,G,S ஆகியவற்றைக் கொண்டு அமைக்கப்பட்ட அக்ரோஸ்டிக் வாக்கியம் Keep Pond Clean Or Frogs Get Sick. இந்த வாக்கியத்தை மட்டும் அடிக்கடி சொல்லிப் பார்த்துக் கொண்டால் வரிசை மாறாமல் வகைப்பாடு செய்ய இயலும்.

முதலில் சற்றே கடினமாக இருந்தாலும் நாமே இரு வேறு செய்திகளை இணைப்பதையும் அதற்குக் கற்பனை செய்வதையும் வளர்த்துக் கொண்டால் நீங்களே வியக்கும் அளவுக்குப் படித்த செய்திகளை நினைவுகூர முடியும்.

வான சாஸ்திரம் எனப்படும் விண்வெளி தொடர்பான செய்தி ஒன்று. சூரியனில் இருந்து அடுத்தடுத்து இருக்கும் கிரகங்கள் Mercury, Venus, Earth, Mars, Jupiter, Saturn, Uranus, Neptune, Pluto என்ற வரிசையில் இருக்கும். இதற்கான அக்ரோஸ்டிக் வாசகம் Many Very Elderly Men Sleep Under News Paper. எப்போது பார்த்தாலும் கிரகங்கள், ஜோசியம் என்று இருக்கும் தாத்தா, நியூஸ் பேப்பரையே படித்துக் கொண்டிருப்பதாய் ஒரு காட்சியையும் அமைத்துக் கொள்ளுங்கள். மறக்குமா கிரகங்கள்?

இதில் மெர்க்குரி என்பதற்கும் மார்ஸ் என்பதற்கும் முதலெழுத்து M. இப்போது M ல் தொடங்கும் மெர்க்குரியை முதலில் எழுதுவதா? அல்லது M ல் தொடங்கும் மார்ஸை முதலில் எழுதுவதா என்ற சந்தேகம் வரும். பயன்படுத்துங்கள் இன்னொரு நிமோனிக்ஸ் உத்தியை! 'முட்டாள் தற்குறி முன்னால நிப்பான்' என்று மனதில் பதிய வைத்தால் மெர்க்குரி முன்னால் வந்துவிடும் அல்லவா?

இசைக் குறிப்புக்கள் எழுதும் treble clef என்பதில் EGBDF என்பதை நினைவில் இருத்தப் பயன்படும் அக்ரோஸ்டிக் Every Good Boy Does Fine என்பதாகும்.

Ramu என்பது உங்கள் பெயர் என்று வைத்துக் கொள்ளுவோம். படிக்கும் நேரத்திலும் பாட்டுக் கேட்டுக் கொண்டே இருப்பதாகவும் வைத்துக் கொள்ளுவோம். உங்கள் பெயரை வைத்து ஓர் அக்ரோஸ்டிக் எழுதலாமா?

Raga (ராக)

Alabanai (ஆலாபனை)

Mattum (மட்டும்)

Uthavaathu (உதவாது)

அக்ரோஸ்டிக் தொடர்பான உங்கள் பாடப் புத்தகத்திலிருந்தே உருவாக்கிய உதாரணங்கள் சிலவற்றையும் அடுத்த இதழில் பார்ப்போம்.

❒ ❒ ❒

மெமரி பூஸ்டர்
(11)

Let the ignorant learn, and the learned delight in refreshing the memory
– இலத்தீன் பழமொழி

நினைவுகூர வேண்டிய வார்த்தைகளின் முதல் எழுத்துக்களைக் கொண்டு வேறு வார்த்தைகளுக்கு அவற்றை முதல் எழுத்துக்களாக வைத்து ஒரு வாக்கியத்தை அமைப்பதுதான் அக்ரோஸ்டிக் என்னும் உத்தி, என்று பார்த்தோமல்லவா? இதைக் கவனியுங்கள்.

LEMUR என்ற விலங்கு தேவாங்கு இனத்தைச் சேர்ந்தது. பெரிய கண்களைக் கொண்டது. மடகாஸ்கர் பகுதியில் வசிப்பது. சந்தேகத்துக் கிடமில்லாமல் வளைவான வாலைக் கொண்டது. இதன் குணாதிசயங்களைச் சொல்லும் அக்ரோஸ்டிக் ஒன்றைப் பாருங்கள்.

Large
Eyes
Madagascar
Unmistakeable
Ring tail

முதல் எழுத்துக்கள் மட்டும் ஒன்று சேர்ந்தால் டுநுஆருசு வருகிறது அல்லவா?

பொதுத் தேர்வு எழுதும் மாணவர்களுக்கு மட்டுமல்லாது அக்ரோஸ்டிக் பற்றி சிறு வயது மாணாக்கருக்கும் அவர்களது பெற்றோர் பயிற்சி தர வேண்டும் என்பதே எமது ஆவல். அவர்களுக்குப் பயன்படும் விதமாக ஓர் அக்ரோஸ்டிக் கீழே தரப்பட்டுள்ளது.

வளை தோண்டிக் குடியிருக்கும் எலியைப் போன்ற பிராணி BEAVER.

Builder

Excellent

Architect

Very

Energetic

Rodent

அந்தப் பிராணியின் பண்புகள் எளிதில் நினைவுக்கு வருமல்லவா?

பத்தாவது இயற்பியல் பாடப் புத்தகத்தில் இருந்து ஓர் உதாரணம் பார்ப்போம்.

'Nuclear reaction *தன்மைகள் என்ன?'* என்று பார்த்தால் பின் வரும் பாயின்டுகள் உள்ளன.

1. New element or isotope of an element is produced
2. Nucleons take part
3. Not affected by any external agents such as temperature, pressure, etc
4. Irreversible
5. Enormous amount of energy is released.

ஆரம்பியுங்கள் அக்ரோஸ்டிக் வித்தையை!

NUCLEAR REACTION *என்ற வார்த்தையை வைத்தே விளையாடலாமா?*

NUCLEAR REACTION என்பதை NU CLE A R R E ACTION எனப் பிரித்துக் கொள்ளுவோம்.

1) Nu = New element or isotope of an element is produced

(Nuவும் Newவும் ஏறக்குறைய ஒரே ஓசை உடையன)

2) Cle = Nucleons take part

('க்ளி' ஐ 'ந்யூக்ளி' யோடு பொருத்திக் கொள்ளுங்கள்)

3) A = Affected Not by any external agents such as temperature, pressure, etc

(Not affected என்பதை Affected Not என்று லேசாக மாற்றிக் கொள்ளுங்கள்)

4) RR= iRRersible

(Nuclear ல் உள்ள கடைசி எழுத்தான R ஐயும் reaction ல் முதலில் உள்ள R ஐயும் சேர்த்தால் இரண்டு R வருகிறதல்லவா? IRREVERSIBLEல் உள்ள 2 Rகளை நினைவுபடுத்திக் கொள்ளுங்கள்)

5) E = Enormous amount of energy is released.

(REACTION ல் உள்ள இரண்டாவது எழுத்து E)

ஒரு முறை பாடப் புத்தகத்தில் உள்ள 5 பாயிண்ட்டுகளையும் ஊன்றிப் படித்துக் கொள்ளுங்கள் உடனடியாக மேற்சொன்ன அக்ரோஸ்டிக்கையும், பாயின்டுகளையும் மனதில் இருத்துங்கள். கொஞ்ச நேரம் கழித்து Nuclear reaction என்ற வார்த்தையை எழுதி மேற் சொன்ன அக்ரோஸ்டிக்கை மனக் கண்ணில் ஓடவிடுங்கள். வரும் பாயின்டுக்களை ஒரு தாளில் எழுதுங்கள். அட! உருப் போடாமல், கடம் அடிக்காமல், மக் அப் பண்ணாமல் எல்லாப் பாயின்டுகளையும் வரிசை யாக எழுத முடிகிறதே என்று ஆச்சரியம் வருகிறதல்லவா? அதுதாங்க அக்ரோஸ்டிக்கோட மகிமை!

கொசுறாக இன்னும் உபயோகமான ஒரு செய்தி. மேலே உள்ள Nuclear reaction பாயின்டுகளை வரிசையாக எழுதிவிட்டு உங்கள் புத்தகத்தில் அதற்கும் chemical reactionக்கும் உள்ள வேறுபாடுகள்

அடங்கிய அட்டவணையையும் பாருங்கள். மேற்படி பாயின்டுகளுக்கு எதிர்ப் பதமாக அவை இருக்கும். எனவே Chemical reaction பற்றிக் கேள்வி கேட்டாலும் Nuclear reaction பற்றித் தெரிந்து கொண்டதை வைத்தே சரியான விடையை, தனியே மனப் பாடம் செய்யாமலேயே கச்சிதமாக எழுதி விடலாம். இரண்டு reactionகளையும் ஒப்பிடச் சொன்னாலும் ஒப்பிடலாம். ஒரே அக்ரோஸ்டிக்கில் மூன்று மாங்காய்கள்!

பன்னிரண்டாம் வகுப்பு தாவரவியல் பாடத்தில் உள்ள செய்தி ஒன்றுக்கு ஓர் அக்ரோஸ்டிக் தயாரிப்போமா? மரபியலில் மாற்றம் செய்யப்படும் இருவிதையிலை தாவரங்களுக்கான உதாரணங்களாகப் பின்வருபவை குறிப்பிடப்பட்டுள்ளன.

Beta vulgaris, Glycine max, Nicotiana tabacum, Solanum tuberosum, Gossypium hirsutum, Helianthus annuus,

மாற்றம் என்பதை மனதில் கொண்டு இந்தக் கால மாணவர்களின் மாற்றம் இப்படி இருக்குமோ என்றும் ஒரு பிட்டை மனதுக்குள்ளே சொல்லிக் கொள்ளுங்கள்.

Boys and Girls Nowadays Smile and Greet 'Halo' இது எப்படி இருக்கு?

◻ ◻ ◻

மெமரி பூஸ்டர்

(12)

"Imagination is more important than knowledge"

– ஐன்ஸ்டின்

சென்ற இரண்டு இதழ்களில் வெளியான அக்ரோஸ்டிக் மாணவர்களிடம் அதிக அளவில் வரவேற்பைப் பெற்றதை ஒட்டி மேலும் சில அக்ரோஸ்டிக்குகளைப் பார்ப்போம். (நினைவுகூர வேண்டிய வார்த்தைகளின் முதல் எழுத்துக்களைக் கொண்டு வேறு வார்த்தைகளுக்கு அவற்றை முதல் எழுத்துக்களாக வைத்து ஒரு வாக்கியத்தை அமைப்பது தான் அக்ரோஸ்டிக் என்னும் உத்தி)

பாறைகளின் காலங்கள் Cambrian, Ordovician, Silurian, Devonian, Carboniferous, Permian, Triassic, Jurassic, Cretaceous, Paleocene, Eocene, Oligocene, Miocene, Pliocene, Pleistocene, Recent என்பன ஆகும்.

இவற்றின் முதலெழுத்துக்களைக் கொண்டு உருவாக்கப்பட்ட அக்ரோஸ்டிக் :

Cows Often Sit Down Carefully. Perhaps Their Joints Creak?

Persistent Early Oiling Might Prevent Painful Rheumatism.

யூனியன் பிரதேசங்களான Chandigarh, New Delhi, Daman and Diu, Dadra and Nagar Haveli, Puducherry, Lakshwadeep, Andaman and Nicobar Islands ஆகியவற்றை நினைவில் வைக்க எனது புவியியல் ஆசிரியர் சொன்ன அக்ரோஸ்டிக் :

Chief Neurosurgeon Demands Dad Put Love Aside

வேதியியலில் பீரியாடிக் டேபிள் என்ற பெரிய அட்டவணையில் பல்வேறு மூலகங்களையும் வரிசைக் கிரமமாக நினைவில் இருத்த வேண்டியிருக்கும். உதாரணமாக மூன்றாவது வரிசையில் Na, Mg, Al, Si, P, S, Cl, and Ar ஆகிய மூலகங்கள் இருக்கின்றன அல்லவா?

Nagging Maggie Always SiPS ClAret என்பதை நினைவில் வையுங்கள். சிரமம் இல்லாமல் வரிசைக் கிரமமாக எழுதி ஜமாய்த்து விடலாம்.

பூமியில் அதிக அளவில் உள்ள மூலகங்களை ஏறு வரிசையில் சொன்னால் Oxygen, Silicon, Aluminum, Iron, Calcium, Sodium, Potassium, and Magnesium என்று வரும். இதற்கான அக்ரோஸ்டிக் Only Silly Asses In College Study Past Midnight

இப்போது தெளிவாகப் புரிந்ததா அக்ரோஸ்டிக் என்ன என்பதும் அதனுடைய உபயோகமும்?

அக்ரோஸ்டிக் என்பதைப் பற்றி அக்ரோஸ்டிக் மூலமே விளக்குவது கீழே உள்ள கவிதை.

An acrostic poem
Can be about anything
Really.
Of course, some people like to
Start each line as a sentence,
Though
I prefer weaving words into a
Creation that is more free form

கொழுப்பில் கரையும் வைட்டமின்கள் தொடர்பான சுவையான ஓர் அக்ரோஸ்டிக்

K = Menadione(M),

A = Retinol(R),

D = Calciferol(C). இது குறைந்தால் பெரியவர்களுக்கு Osteomalacia (O) வியாதியையும், குழந்தைகளுக்கு Rickets(R) வியாதியையும் ஏற்படுத்தும்.

E = Antisterility(A) = Tocopherol(T)

KuMARan is a DoCtOR who always EATS என்ற வாசகம் வைட்டமின்கள், அவற்றின் வேதியியற் பெயர்கள் அவற்றின் பயன்கள் போன்றவற்றை நினைவுக்குக் கொண்டு வரும்.

இதே போல செல் பிரிதலின் நிலைகளான

Interphase, Prophase, Metaphase, Anaphase, Telophase ஆகியவற்றினை வரிசைப்படி ஞாபகம் வைத்துக் கொள்ள உதவும் அக்ரோஸ்டிக் :

I Passed My Algebra Test

வெள்ளையணுக்களில் உள்ளவை :

Neutrophil, Lymphocyte, Monocyte, Eosinophil, Basophil

வரிசைப்படி எழுத வேண்டிய அவசியமில்லாதபோது மேலே உள்ளாவற்றின் வரிசையை லேசாக மாற்றியும் பின்வருமாறு அக்ரோஸ்டிக் அமைக்கலாம்.

Never Eat Bananas Like Monkeys

பேக்ரோனிம் உத்தி :

ஏற்கனவே அக்ரோனிம் என்று பார்த்தோமில்லையா? அதாங்க நினைவுகூர வேண்டிய வர்த்தைகளின் முதல் எழுத்துக்களை வைத்துப் புதிய வார்த்தை ஒன்றை உருவாக்குவது.... அதேதாங்க. இப்ப பேக்ரோனிம் என்ற ஒரு நினைவாற்றல் உத்தியைப் பற்றி லேசாகப் பார்ப்போமா?

ஏற்கனவே அர்த்தத்தோடு புழக்கத்தில் உள்ள வார்த்தை ஒன்றை நாம் நினைவுபடுத்திக் கொள்ள வேண்டிய வார்த்தைகளின் முதல் எழுத்துக்களாக அமைத்துக் கொள்ளுவதுதான் பேக்ரோனிம் உத்தி. உதாரணங்களைப் பாருங்கள்.

TALE என்ற வார்த்தை ஏற்கனவே உள்ளது.

மூளையில் உள்ள ஹைபோதலாமஸ் என்ற பகுதியின் முக்கியமான செயல்கள் Temperature, Appetite, Libido Emotion. இதை TALE என நினைவில் வைத்தால் தேர்வில் கதை (tale) யடிக்காமல் சரியான பதிலை எழுதலாம்.

கோயமுத்தூரில் உள்ள ஒரு தன்னார்வ நிறுவனத்தின் பெயர் Organaisation of Social Awareness and Illumination. இதை OSAI *(ஓசை)* என்று சுருக்கி விட்டனர். பேக்ரோனிமுக்கு இதுவும் உதாரணம்.

நல்ல மதிப்பெண்கள் எடுத்து மருத்துவப் படிப்புப் படிக்கிறீர்கள் என்று வைத்துக் கொள்ளுவோம். அப்போது நினைவு வைக்க வேண்டிய பல சங்கதிகளுக்கும் இந்த அக்ரோஸ்டிக் பயன்படும். குறிப்பாக உடலின் ஒவ்வொரு உறுப்பிலும் இருக்கும் எலும்புகளின் பெயர்களை அக்ரோஸ்டிக் மூலமே நினைவில் வைக்க இயலும்.

❏ ❏ ❏

மெமரி பூஸ்டர்

(13)

"All improvement in memory consists of one's habitual method of recording facts"

- Dr. William James, Father of American Psychology

மாணா பாஸ்கர் என்று எனக்கொரு நண்பர் சென்னையில் இருக்கிறார். தினசரி தி.நகரில் இருந்து திருவல்லிக்கேணிக்குப் பேருந்தில் வருபவர். 13 மற்றும் 13A எண்ணுள்ள இரண்டு பேருந்துகள் தி.நகர் - திருவல்லிக்கேணியை இணைக்கும் விதமாக இயங்கி வருகின்றன. அதில் ஒன்று நேரடியாக தி.நகர், பாண்டி பஜார், ராயப்பேட்டை வழியாக திருவல்லிக்கேணியை அடையும். இன்னொன்று அண்ணா சாலை போன்ற பல இடங்களிலும் சுற்றிக் கொண்டு போகும். பயண நேரத்தில் 35 நிமிடங்களை அதிகமாகவும் எடுத்துக் கொள்ளும்.

நண்பருக்கு எது சுற்றிக் கொண்டு போகும் எது சீக்கிரம் போகும் என்பதில் குழப்பமோ குழப்பம். இரண்டு பேருந்துகளும் டெர்மினஸில் நிற்கும்போது 'இதுதான் நேராகப் போகும் பஸ்' என்று ஒரு பஸ்ஸில் ஏறி உட்காருவார். அது ஊர் சுற்றும் பஸ்ஸாக அமைந்திருக்கும். 'எப்படி இந்தக் குழப்பத்தைச் சமாளிப்பது' என்று யோசித்தார். அவராகவே ஓர்

உத்தியைக் கையாண்டார்.

"ஒண்ணுமில்லாதவன் ஊரைச் சுத்துவான்" என்று அவரது ஊரில் ஒரு பழமொழி உண்டாம். அதை இங்கே பொருத்திப் பார்த்துக் கொண்டார்.

13 மற்றும் 13A ஆகிய இரண்டு பஸ்களில் 'ஒண்ணுமில்லாதவன்' அதாவது 13க்குப் பக்கத்தில் 'ஒண்ணுமில்லாதவன்' (அதாங்க 13ம் நம்பர் பஸ்) ஊரைச் சுத்துவான். ஸோ 13 A பஸ்ஸில் ஏறினால் பயணம் சுலபம்.

அதன் பிறகு அவருக்கு எந்த பஸ்ஸில் ஏற வேண்டும் என்பதில் குழப்பமே வரவில்லை.

இதைத்தான் நிமோனிக்ஸில் பாலம் அமைக்கும் உத்தி என்கிறார்கள். அதாவது நாம் நினைவில் இருத்த வேண்டிய ஒரு விஷயத்தை நினைவுக்குக் கொண்டு வர ஏற்கனவே நமக்குப் பழக்கப்பட்ட இன்னொன்றுடன் பாலம் அமைத்து இணைக்க வேண்டும். முயற்சியும் பயிற்சியும் இருந்தால் இது மிகவும் எளிது.

மேலும் சில உதாரணங்களைப் பார்ப்போம்.

வேதியியல் பாடத்தில் ஆக்ஸிடேஷன் என்றும் ரிடக்ஷன் என்றும் இரு செயல்பாடுகளைப் படிக்க வேண்டியிருக்கும். ஒன்றில் எலக்ட்ரான் கள் இழக்கப்படுகின்றன. இன்னொன்றில் எலக்ட்ரான்கள் சேர்க்கப் படுகின்றன. சரி! எந்த ரியாக்ஷனின்போது எலக்ட்ரான் இழக்கப் படுகிறது? எதன் போது சேர்க்கப்படுகிறது?

OIL RIG என்பதை நினைவில் வையுங்கள்.

OIL என்ற வார்த்தையில் உள்ள O என்ற எழுத்து OXIDATION என்பதையும் L என்பது lost என்பதையும், RIG என்ற வார்த்தையில் உள்ள R என்ற எழுத்து REDUCTION ஐயும் G என்பது gained என்பதைக் குறிப்பதாகவும் மனப் பாலம் அமையுங்கள். பிறகு

During Oxidation electron is Lost

During Reduction electron is Gained என்பது மறக்கவே மறக்காது.

நினைவாற்றல் பற்றி ஆய்வு செய்யும் வல்லுநர்கள் அடிக்கடி சொல்லும் இன்னொரு உதாரணம் கீழே :

போலந்து (Poland) நாட்டின் தலை நகரம் வார்சா (Warsaw). இதை ஞாபகம் வைத்துக் கொள்ள ஒரு சின்ன மனப் பாலம் இதோ!

போலந்து நாட்டை ஜெர்மனி தாக்கியதுதான் இரண்டாம் உலகப் போரின் ஆரம்பம். அதாவது Poland SAW War first. Saw war திருப்பிப் போட்டால் Warsaw (வார்சா).

வேர் மூலம் உறுஞ்சப் படும் நீர், தாவரத்தின் மேல் பகுதிகளுக்குச் செல்லுவதை Capilliary Action (CA) என்பார்கள். இதில் நீரின் Cohesive and Adhesive (C+A) தன்மை பயன்படுகிறது. இரண்டிலும் CA இருப்பதைக் கவனியுங்கள்.

DNA வின் இரு பிரிவுகள் PYRIMIDINE மற்றும் PURINE ஆகியன ஆகும். CYTOSINE, THYMINE, ADENINE, GUANINE என்பன மேற்படி பிரிவுகளில் அடங்கும் ந்யூக்ளியோடைட் கள் ஆகும். எந்த ந்யூக்ளியோட்டைட் எந்தப் பிரிவில் அடங்கும் என்பதை எளிதில் நினைவில் வைக்க இந்தப் பாலம் பயன்படும்.

PYRIMIDINEலும் Y இருக்கும். அதற்குக் கீழ் வரும் CYTOSINE, THYMINE என்னும் ந்யூக்ளியோடைட்டுகளிலும் Y இருக்கும். பிரமிட் என்பது ஆறு பக்கங்களை உடையது.

மேலும் ADENINE மற்றும் GUANINE என்ற மூலக்கூறுகள் ஒன்பது பக்கங்களை உடையன. இவற்றில் NINE இருப்பதைக் கவனியுங்கள். எனவே ADENINE மற்றும் GUANINE ஆகியன PURINE பிரிவைச் சேர்ந்தவை.

இப்போது உங்கள் கண்முன் ஒரு பிரமிடும் அதன் ஆறு பக்கங்களும் தோன்றி ஆச்சரியமூட்டுகின்றன அல்லவா? "காட்சிப்படுத்துங்க. காட்சிப்படுத்துங்க"னு இதைத்தான் நான் இந்தத் தொடர் நெடுகிலும் கரடியாகக் கத்திக் கொண்டிருக்கிறேன்.

மேலும் சில உதாரணங்களுடன் அடுத்த வாரமும் பாலம் அமைப்போம்.

மெமரி பூஸ்டர்
(14)

"Tell me and I'll forget; show me and I may remember; involve me and I'll understand."

– சீன பழமொழி

இணையத்தில் கிருஷ்ணகுமார் என்பவர் ஒரு முறை எழுதியிருந்தார். தேசியக் கொடி பற்றி ஆரம்ப வகுப்புகளில் படிக்கும் போது எந்த நிறம் எங்கு இருக்கும் என்பதற்கு அவரது ஆசிரியர் சொன்ன உதாரணமாம் இது.

சாப்பிடும் போது பச்சை நிறத்தில் இலை கீழே இருக்கும். அதன் மேல் வெள்ளை நிறத்தில் சாதத்தை வைத்து அதன் மேல் காவி நிறத்தில் குழம்பை ஊற்றுவதாகக் கற்பனை செய்து கொள்ளுங்கள் என்பாராம். தேசியக் கொடியிலும் இதே போல நிறங்கள் இருப்பது மறக்காது என்பாராம்.

நிமோனிக்சுக்கு இன்னோர் எளிய உதாரணம். ½ என்பது ஒரு பின்னம் (Fraction) இதில் மேலே உள்ள 1 என்பதைத் தொகுதி என்றும் கீழே உள்ள 2 என்பதைப் பகுதி என்றும் சொல்லுவார்கள். எது தொகுதி

எது பகுதி என்ற குழப்பம் வராமல் இருக்க அந்தக் காலக் கணித ஆசிரியர்கள் பயன் படுத்திய நிமோனிக்ஸ் இது. தொகுதியில் உள்ள தொ = தொப்பி = தொப்பி தலையில், அதாவது மேலே இருக்கும். பகுதியில் உள்ள ப வின் இன எழுத்து = பா = பாதம். கீழே இருக்கும். ஆக தொகுதி மேலே பகுதி கீழே என்பது மறக்காதல்லாவா?

எத்தில் அசிடேட் (Ethyl acetate) படிக்கும்போது வெளியே புறப்படும் அக்கா செண்ட் அடித்துக் கொண்டு கிளம்பினால் அந்த இனிய மணத்தை படித்த விஷயத்தோடு ஒப்பிட்டுக் கொள்ளுங்கள். எத்தில் அசிடேட் இனிய மணமுள்ளது என்பது நினைவில் இருக்கும். ஹைட்ரஜன் சல்ஃபைடு வாயு பற்றிப் படிக்கும்போது சாக்கடையில் இருந்து துர்மணம் வந்ததென்றால் அதையும் படித்ததையும் முடிச்சுப் போட்டுக் கொள்ளுங்கள்.

ஒரு முகவரியை ஒருவர் சொல்கிறார் என்றால் அங்கே இருக்கும் ஒரு லேண்ட் மார்க்காக ஒரு திரைப்பட அரங்கத்தையோ அல்லது உணவகத்தையோ குறிப்பிட்டு அதற்கு எதிரில் என்றோ அல்லது அதற்கும் அடுத்த கட்டிடம் என்றோ சொல்வோமில்லையா? அதைப் போலவே ஒரு புதிய செய்தியை மனதில் பதிக்கும்போது மனதில் அதற்கு முன்னரே சேமித்து வைக்கப்பட்டிருக்கும் பல்லாயிரம் நினைவுத் துணுக்கு ஒன்றுடன் இதனையும் இணைக்கக் கற்றுக் கொள்ளுங்கள்.

கற்பனாசக்தியைப் பயன்படுத்தினால் மட்டுமே வலுவான இணைப்புகளை உருவாக்க இயலும். எந்த அளவு வலுவான இணைப்பு இருக்கிறதோ அந்த அளவு வேகமாக உள்ளே புதைந்திருக்கும் நினைவு களை வெளிக் கொண்டு வரலாம்.

பாலம் அமைக்கும் உத்தியில் நினைவுபடுத்தச் சிலருக்கு எழுத்துக் களும், சிலருக்கு வண்ணங்களும், சிலருக்குப் படங்களும் உதவும். உங்களுக்கு எது வசதி என்பதை நீங்கள்தான் தீர்மானிக்க வேண்டும்.

இன்னொரு செய்தியினைக் கோர்க்கின்றபோது அது நேர்மறையாக வும் மகிழ்ச்சியூட்டுவதாகவும் இருந்தால் நல்லது. மாறாக அயர்ச்சியும் சோகமும் கொண்ட ஒரு நிகழ்ச்சியை நினைவுக்குக் கொண்டு வரப் பயன்படுத்தினால் படித்தது நினைவுக்கு வருவதற்குப் பதில் சோகம் மனதை ஆக்கிரமிக்கும். மூடும் அவுட்டாகி விடும்.

பள்ளித் தேர்வுகளில் ‘பொருத்துக’ (Match the following) என்ற வகைக் கேள்விகளுக்குப் ’பாலம் அமைக்கும் உத்தி’ மிகவும் பயன்படும். அதைப் போலவே போட்டித் தேர்வு எழுதுபவர்களுக்கு, நாடுகள் /அவற்றின் கரன்சிகள், புத்தகங்கள் / அவற்றின் நூலாசிரியர்கள், மாநிலங்கள் / அவற்றின் தலைநகரங்கள் போன்றவை தொடர்பான கேள்விகள் ‘பொருத்துக’ பிரிவில் கேட்கப்படுவதுண்டு.

இவற்றை எப்படி எதிர்கொள்ளுவது என்பதைப் பார்ப்போம். உதாரணத்துக்கு இதைக் கவனியுங்கள்.

வடகிழக்கு மாநிலங்களையும் அவற்றின் தலை நகரங்களையும் நினைவுக்குக் கொண்டு வருவதற்கான ”பொருத்தம்” பார்ப்போமா?

அருணாச்சலப் ப்ரதேஷ் : அருணாசலேசுவரர் அருள் இட்டார் = இட்டாநகர் (Itanagar)

அஸ்ஸாம் = அஸ்ஸு டிஸ்ஸு = டிஸ்பூர் Dispur

மணிப்பூர் = மணிப்பூரில் மனப்பால் குடிக்காதே. இந்தப் பாலைக் குடி = இம்பால் Imphal

மேகாலயா = மேகத்தில சில்லுனு இருக்கும் = ஷில்லாங் Shillong

மிஸோரம் = காலாந்து = கொன்னு போடுவாங்களாமா? = கொஹிமா Kohima

திஜஸா இல்ல இருக்கும் அங்க? = ஐஸ்வால் Aizawl

நாரிபுரா = புறாவை ரோஸ்ட் போட்டா ”அவர் தல” போயிரும் = அகர்தலா Agartala

இதைப் போல நீங்களே உருவாக்கினால் இன்னும் ஆழமாக மனதில் பதியும். ஒரு தடவை - ஒரே ஒரு தடவை - படித்துவிட்டு மனக் கண்ணில் பாலம் அமைக்கும் உத்தி மூலம் காட்சிப்படுத்தியும் பார்த்துக் கொள்ளுங்கள். அசந்து போய் விடுவீர்கள்!

❐ ❐ ❐

மெமரி பூஸ்டர்
(15)

"To forget one's purpose is the commonest form of stupidity."

– ஃப்ரிட்ரிச் நீட்ஷே

வாலிபன் ஒருவன் மாடு மேய்த்துக் கொண்டிருந்தான். அந்த வழியே இன்னொருவன் வேகமாகப் போய்க் கொண்டிருந்தான். அவனைப் பார்த்து "எங்கப்பா போறே?" என்று கேட்டிருக்கிறான் மாடு மேய்ப்பவன்.

"எனக்குக் கல்யாணம் ஆகப்போகுதில்ல. அது சம்மந்தமாப் போய்க் கிட்டிருக்கேன்" என்றானாம்.

"அப்படியே எனக்கொரு பொண்ணுப் பாருப்பா. எங்க சித்தப் பனுக்கும் ஒரு பொண்ணுப் பாரு" என்றானாம்.

"ஏப்பா! கல்யாணம்கிறது லேசுப்பட்ட சமாச்சாரமா? நெறையச் செலவாகுமே?" என்றானாம் அந்த இன்னொருவன்.

"அப்படியா அப்ப வேண்டாம். நானோ சின்னப் பையன். எங்க சித்தப்பனுக்கோ வயசாயிருச்சு" என்றபடி மறுபடியும் மாடு மேய்ப்பதில் கவனம் செலுத்த ஆரம்பித்து விட்டானாம்.

இதைப் போலத்தான் நிறையப் பேர், படிக்கப் போகிற பாடத்தைப் பற்றி எந்தவித முன்னறிவும் இல்லாமல், வீட்டில் பெற்றோரின் நச்சரிப்புக்காக நானும் படிக்கிறேன் என்று புத்தகத்தை வெறித்துப் பார்த்துக் கொண்டு உட்கார்ந்து விடுகிறார்கள். இது தவறு. சரியான முறை தான் S Q 3R உத்தி S Q 3R என்றால் Survey, Question, Read Recite மற்றும் Revise என்பனஆகும்.

அமெரிக்கக் கல்வி நிறுவனங்களில் பின்பற்றப்படும் உத்தி இது.

சர்வே என்றால் என்னவென்று முதலில் பார்ப்போம்.

ராணுவப் பணிகள், சாலைகளை அமைத்தல், வன எல்லைகளை நிர்ணயம் செய்தல், பெரிய திட்டங்கள் தீட்டுதல் போன்றவற்றில் ஈடுபடும்போது பணி செய்ய வேண்டிய இடங்களுக்குப் போய்த் தடாலடியாக வேலைகளை உடனடியாகச் செய்ய ஆரம்பித்துவிட மாட்டார்கள். செய்யப் போகும் பணியைப் பற்றித் பூர்வாங்க ஆய்வு களைத் துப்புரவாக மேற்கொள்ளுவார்கள். இதனை ரெக்கனைஸன் சர்வே என்று சொல்லுவார்கள். அதைப் போலவே ஒரு பாடத்தைப் படிக்க ஆரம்பிக்கும் முன் அது எத்தனை பக்கங்கள் இருக்கிறது, அதில் உள்ள அட்டவணைகள், படங்கள், செய்முறை விளக்கங்கள், மாதிரிகள், பகுதிப் பிரிப்பு, அடிக்கோடிட்ட அல்லது சாய்வெழுத்தில் உள்ள அல்லது பெரிய எழுத்துக்களில் உள்ள செய்திகள், தலைப்புகள், சிறு தலைப்புக்கள், எண்ணிக்கையிடப்பட்ட பாயின்டுகள் போன்றவற்றை உன்னிப்பாகக் கவனியுங்கள்.

Question : படிக்க வேண்டிய பாடங்களைப் பற்றி உங்களுக் குள்ளேயே பல கேள்விகளைக் கேட்டுக் கொள்ளுங்கள். இது உங்க ளுக்குப் படிக்க வேண்டிய பாடத்தைப் பற்றிய ஒரு அவுட்லைனைக் கொடுக்கும். பேகன் என்னும் அறிஞர், “No intelligent person merely reads a book” என்று கூறுவார். அதைப் போலவே எந்த ஒரு ஆரம்ப நாலட்ஜும் இல்லாமல் வெறுமனே புத்தகத்தில் ஒரு பாடத்தைப் படிப்பதைக் காட்டிலும் உங்களுக்குள்ளாகவே கேள்விகளைக் கேட்டுக் கொண்டு பிறகு படித்துப் பாருங்கள்.

”இந்தப் பாடத்தில் எந்த விதமான கேள்விகள் இருக்கின்றன? கோடிட்ட இடங்களை நிரப்புதல், பொருத்துதல், ஒரு வரி வினாக்கள்,

பத்தி வினாக்கள், பக்க வினாக்கள் எத்தனை இருக்கின்றன? இது தொடர்பாகப் பள்ளியில் பாடம் நடத்தியபோது நோட்டில் எழுதி யவை என்ன? ஏதேனும் பகுதிகள் விடப்பட்டு விட்டனவா? இது தொடர்பாக கைடுகள் வைத்திருந்தால் அதற்கும் டெக்ஸ்ட் புத்தகத்தில் இருப்பதற்கும் என்ன வேறுபாடு? கடந்த பொதுத் தேர்வுகளுக்கு இந்தப் பாடத்திலிருந்து வந்துள்ள கேள்விகள் என்னென்ன? தோராயமாக இந்தப் பாடத்தை நன்கு படிக்க எவ்வளவு நேரம் ஆகும்?" எனபன போன்ற பல சாத்தியக் கூறுகளையும் மனதுக்குள்ளாகவே கேள்வி களாகக் கேட்டு விடை காணுங்கள்.

அடுத்த கட்டம் சுநயனைபே எனப்படும் படித்தல். ஏற்கனவே சொன்னது போல மனதை ஒருமுகப்படுத்திக் கவனச் சிதறல்கள் இல்லாமல் மனதில் காட்சிப் படுத்திக் கொண்டே படிக்க ஆரம்பி யுங்கள்.

அடுத்தது படித்ததை மனதுள் சொல்லிப் பார்த்துக் கொள்ளுங்கள். அலசி ஆராயுங்கள். சுநஉவைந என்பது இதுதான். ரெசிடேஷன் என்பது படித்ததை அப்படியே திரும்ப நினைவுக்குக் கொண்டு வருவது எனலாம். எந்த அளவுக்கு நீங்கள் படித்திருக்கிறீர்கள் என்பதைச் சொல்லும் துல்லியமான கருவி போன்றது இது. மனமே ஓங்களுக்கு ஒரு சபாஷ் போடவோ அல்லது நறுக்கென்று மண்டையில் கொட்டு வைக்கவோ செய்யும். படித்து முடிக்க வேண்டிய பாடத்தை முழுமை யாகப் படிக்க வேண்டும் என்ற உத்வேகத்தையும் அதற்கான பொறுமை யினையும் தரும் சாதனம் இது.

இதைச் செய்வதற்கான வழிமுறைகள்.

எழுதிப் பாருங்கள். தேவையானவற்றை வரைந்தும் பாருங்கள். மனதுக்குள்ளாகக் காட்சிப்படுத்துங்கள்.

ஏதேனும் ஒலியையும் இணைத்துக் கொள்ளுங்கள். உதாரணமாக தவளையைப் பற்றிப் படிக்கும்போது அதன் உருவத்தை மனக் கண்ணால் பார்த்து அதன் ஒலியை மனக் காதால் கேளுங்கள்.

நண்பனிடம் படித்ததைப் பகிர்ந்து கொள்ளுங்கள். விளக்க முயற்சி செய்யுங்கள். இரண்டு மூன்று பேர் ஒன்றாகச் சேர்ந்து படித்த அதே பாடத்தை அலசுங்கள். பாடத்தின் கணிசமான ஒரு பகுதியைப் படித்து

விட்டு, படித்தவற்றை உடனடியாக நினைவுக்குக் கொண்டு வாருங்கள். அடிக்கடி இப்படிச் செய்து பாருங்கள். பலன் அற்புதமாயிருக்கும். படித்தவற்றைச் சுருக்கி அதன் சாரத்தைப் பிழிந்து படித்தற்குப் பக்கத்திலேயே குறித்து வையுங்கள்.

உங்களுக்குத் திருப்தி ஏற்படும் வண்ணம் இதைச் செய்ததும் அடுத்த கட்டமான மறு வாசிப்பான சுநளைநக்குச் செல்லுங்கள். இப்போது முதலில் படிக்க ஆரம்பித்தை விட மிகக் குறுகிய காலமே இதற்கு ஆகும் என்பதை உணருவீர்கள்.

இத்தொடரில் சொல்லப் படுவதையெல்லாம் படித்து விட்டால் மட்டும் நினைவாற்றல் வளர்ந்து விடாது. படித்ததைச் செய்தும் பார்க்க வேண்டும். நீச்சல் கற்றுக் கொள்ள விரும்புகிறவர்கள் குளக் கரையில் அமர்ந்து கொண்டு நீச்சல் பற்றிய புத்தகத்தைப் படித்தால் மட்டும் போதுமா?

அடுத்த வாரம் வேறு உத்திகளுடன் சந்திப்போம்.

மெமரி பூஸ்டர்
(16)

"Success is only another form of failure if we forget what our priorities should be."

– ஹாரி லாயிட்

அமைச்சர் ஒருவர் ஒரு கூட்டத்தில் பேச வேண்டியிருந்தது. உதவியாளரிடம் 15 நிமிடம் பேசுகிற அளவுக்கு உரை தயாரித்துத் தரச் சொன்னார். உதவியாளர் தயாரித்துக் கொடுத்த உரையை அமைச்சரும் கூட்டத்தில் படித்து முடித்தார். அவரது உரை முடிய 30 நிமிடம் ஆகிவிட்டது. கூட்டம் முடிந்த பிறகு உதவியாளரிடம் அமைச்சர் கடுப்படித்தார்.

"யோவ்! 15 நிமிஷம் பேசறதுக்கு ரெடி பண்ணச் சொன்னா அரை மணி நேரம் பேசுற மாதிரி செஞ்சுட்டியே?"

உதவியாளர் பவ்யமாகச் சொன்னார்.

"அய்யா! அது 15 நிமிஷத்துக்கான உரைதானுங்க. நீங்க உரையைப் படிச்சு முடிச்சிட்டு அது கூடவே இருந்த கார்பன் காப்பியையும் சேத்துப் படிச்சிட்டீங்க"

இப்படித்தான் நம்மில் பலரும் என்ன படிக்கிறோம் என்பதைப் புரியாமலேயே படித்துக் கொண்டிருக்கிறோம்.

சிலருக்குக் கண்ணால் பார்ப்பதன் மூலம் செய்திகள் எளிதில் பதியும். புத்தகத்தில் எந்தப் பக்கத்தில் எந்த இடத்தில் ஒரு செய்தி இருக்கிறது எனபதையும் சேர்த்து மனதில் இருத்த வேண்டும். இதை சீன் மெமரி என்பார்கள். 'புத்தகத்தில் காப்பி கொட்டிய கறை இருக்கும் பக்கத்தில் ரோஸ் கலர் பால்பாயிண்ட் பேனாவால் அடிக்கோடிட்ட பாயிண்ட் இது' என்று படிக்கும் விஷயத்துடன் துக்கடாச் செய்திகளையும் காட்சி களாகப் பதிய வையுங்கள். சில தாள்கள் ஓரத்தில் மடங்கி இருக்கலாம். அல்லது கிழிந்திருக்கலாம். அல்லது அந்தச் செய்திக்குப் பக்கத்தில் ஒரு படம் இருந்திருக்கலாம். அவற்றையும் சேர்த்து மனதில் இருத்துங்கள். அவை தேர்வில் அந்தப் பகுதியை எழுத வேண்டிய சமயத்தில் பாயின்டு களைத் தூண்டில் போட்டு இழுத்துக் கொண்டு வருவதைப் பார்த்து உங்களுக்கே ஆச்சரியமாக இருக்கும்.

அடுத்தது திரும்பத் திரும்பச் சிந்திக்கும் உத்தி. இது என்பது மிகவும் எளிமையானது. ஆனால் மிகவும் பயனுள்ளது ஆகும்.

ஒன்றைப் படித்து முடித்தவுடன், சமயம் கிடைக்கும்போதெல்லாம் அதைப் பற்றியே சிந்தியுங்கள். ரேஷன் கடையில் க்யூவில் நிற்கும்போது, பஸ்ஸில் பயணம் செய்யும்போது, பள்ளியை விட்டு வீட்டுக்கு வரும் போது என்று ஒவ்வொரு சந்தர்ப்பத்தையும் இந்த மூளைப் பயிற்சிக்குச் செலவிடுங்கள்.

படிக்கிற நேரத்தைத் தவிர மற்ற நேரங்களில் படித்ததை நினைப் பதைப் பாவச் செயலாகவே நிறைய மாணவர்கள் கருதுவது எனக்குத் தெரியும். அது தவறு. எப்போதும் ஒரு சின்ன பாக்கெட் நோட்டுப் புத்தக மும் பேனாவும் வைத்திருங்கள். கடைக்குப் போனாலும், கிரிக்கெட் விளையாட்டில் பாட்டிங் செய்துவிட்டுப் பெவிலியனில் உட்கார்ந் திருக்கும் போதும் காலையில் படித்ததை மனதில் அசை போட்டுக் கொண்டே இருங்கள். ஏதாவது ஒரு பாயின்ட் மறந்துவிட்டால் சட்டென்று, 'இந்தப் பாடத்தில் இந்த இடத்தில் மறந்து போனது' எனக் குறித்துக் கொள்ளுங்கள். வீட்டுக்கு வந்ததும் முதல் வேலையாக மறந்தது எது என்று புத்தகத்தைப் பாருங்கள். இது அற்புதமான முறை. அவ்வளவு ஏன்? டாய்லட்டில் அமர்ந்திருக்கும் போதும் சுவரை

வெறித்துப் பார்த்துக் கொண்டிருப்பதற்குப் பதிலாக மனதில் படித்ததை நினைவுக்குக் கொண்டு வரலாம். சொன்னால் நம்புங்கள். பல வி.ஐ.பி.க்களின் டாய்லட்டில் மினி நூலகமே வைத்திருப்பார்களாம்!

சரியான உடற்பயிற்சி இன்மை சோம்பலை வளர்ப்பதைப் போலவே மூளைக்கும் வித விதமான பயிற்சிகளைக் கொடுக்காமல் இருப்பதால் வருவதுதான் மறதி.

மறதி நோய்குச் சரியான மருந்து - 'கற்பனைக் கோர்வை உத்தி' . நினைவு கொள்ள வேண்டிய வார்த்தை ஒவ்வொன்றுக்கும் ஒரு சிறிய கற்பனைச் செய்தியைக் கோர்த்து விடுங்கள். பிறகு அந்தத் துணுக்குகளே ஒன்றாகிச் செய்திகளை வெளிக் கொண்டு வரும். உதாரணமாக இதைக் கவனியுங்கள்.

இந்தியாவின் வட கிழக்கு மாநிலங்கள் பின்வருமாறு உள்ளன.

அருணாச்சலப் ப்ரதேஷ் (Arunachal Pradesh)

நாகாலாந்து (Nagaland)

மிஸோரம் (Mizoram)

அஸ்ஸாம் (Assam)

மேகாலயா (Meghalaya)

திரிபுரா (Tripura)

மணிப்பூர் (Manipur) இவைகளை நினைவில் வைக்க உருவாக்கப் பட்ட துணுக்குகளைக் கவனியுங்கள்.

"பனி படர்ந்த இமய மலையில் அருணாசலேசுவரர் அருள் தருகிறார். அவரது கழுத்திலே நாகப் பாம்பு இருக்கிறது. பெரிய மீசையும் அவருக்கு உண்டு. அவரிடம் ஆகாசம் அளவுக்கு ஆசை வையுங்கள். ஆகாசத்தி லிருந்து மேகம் மழை தருவது போல திரும்பத் திரும்ப அடிநேல தருவார்." என்று ஒரு சிறு குறிப்பை மனதில் பதிய விடுங்கள்.

"இந்தியாவின் வட கிழக்கு மாநிலங்கள் எவை" என்றதுமே இந்தத் துணுக்குகள் மனதில் ஓட ஆரம்பித்தால்.................

அருள் தரும் அருணாசலேசுவரர் = அருணாச்சலப் ப்ரதேஷ்

நாகப் பாம்பு = நாகாலாந்து

மீசை = மிஸோரம்

ஆகாசம் அளவுக்கு ஆசை = அஸ்ஸாம்

மேகம் மழை தருவது போல = மேகாலயா

திரும்பத் திரும்ப = திரிபுரா

அடிநேல தருவார் = மணிப்பூர்

எவ்வளவு எளிமையாக நினைவுக்கு வருகிறது பாருங்கள்!

அசோக மரத்தின் தாவரவியல் பெயர் Polyalthia longifolia. இதை இப்படி நினைவில் வைக்கலாம். சோகமா இருக்காதே பல்லைக் காட்டு. லாங் லைஃப் கிடைக்கும்.

அதாகப் பட்டது அசோக மரம் என்ற வார்த்தையின் ஆரம்பத்தில் உள்ள சோக(ம்)' சோகமா இருக்காதே என்று மனதில் இருத்தி, சோகத்துக்கு எதிர்ப் பதமான சிரிப்பு என்ற பொருள் தரும் 'பல்லைக் காட்டு' என்பதைச் சொல்லும்போது Pol என்பதை நினைவுக்குக் கொண்டு வரும். Pol என்றதும் பாலியால்தியா நினைவுக்கு வந்து விடும். அடுத்து லாங் லைஃப் என்பது லாங்கிஃபோலியாவை நினைவுக்குக் கொண்டு வரும். ஆரம்பத்தில் லேசாக சிரமம் இருந்தாலும் உங்கள் கற்பனா சக்தியைப் பயன்படுத்தினால் இந்த டெக்னிக்கை அற்புதமாகப் பயன்படுத்தலாம். மேலும் விறுவிறுப்பான உத்திகளை அடுத்த வாரம் பார்ப்போம்.

❏ ❏ ❏

மெமரி பூஸ்டர்
(17)

"May you never forget what is worth remembering, nor ever remember what is best forgotten"

– ஐரிஷ் நாட்டுப் பழமொழி

மூன்று முடிச்சு என்ற படத்தில் கமல், ரஜினி, ஸ்ரீதேவி மூவரும் படகில் போவது போல ஒரு காட்சி வரும். அப்போது, 'வசந்த கால நதிகளிலே வைரமணி நீரலைகள்' என்று ஒரு பாடல் இடம் பெறும். ஒருவர் பாடி முடிக்கும் வார்த்தையிலேயே அடுத்தவர் பாடத் துவங்குவது போல அமைக்கப்பட்டிருக்கும்.

இதைத்தான் நினைவாற்றலில் 'ரைமிங் உத்தி' என்பார்கள். அதாவது நினைவில் அடுத்தடுத்து வர வேண்டிய செய்திகளுக்கும் இதே போல ஒரு சின்ன மனக் கொக்கியைப் போட்டு இணைத்து விட்டால் மறக்காது.

பல இலக்கியங்களும் இலக்கண நூல்களும் இதிகாசங்களும் பரம்பரை பரம்பரையாக வாய்மொழி மூலம் சொல்லப் பட்டுக் காதால் கேட்கப்பட்டே அடுத்த தலைமுறையினரால் அறிந்து கொள்ளப் பட்டிருக்கின்றன. அப்படிக் காதால் கேட்கும்போது மனதில் எளிதில்

பதிவதற்காக அவையெல்லாம் செய்யுள் வடிவிலோ சூத்திரங்கள் அல்லது ஸ்லோகங்களின் உருவிலோ எதுகை மோனையுடன் இருந்தன.

எனவே நினைவில் இருத்த வேண்டிய செய்திகள் சிறு பாட்டு வடிவத்தில் இருந்தால் எளிதில் அவற்றை நினைவில் வைக்கலாம்.

Twinkle, Twinkle, Little Star
How I wonder what you are

என்ற நர்சரி ரைம் கேள்விப்பட்டிருப்பீர்கள். ஓசை நயத்துடன் இருக்கும் இதைக் குழந்தைகள் எளிதில் கற்றுக் கொள்ளுவார்கள். இதையே, "The stars are very small. They emit shining light. I am wondering about you" என்று சொல்லிக் கொடுத்தால் நர்சரிக் குழந்தையால் எளிதில் திருப்பிச் சொல்ல முடியுமா? 'ஆ ஊ' என அழுது ஆர்ப்பாட்டம் செய்து விடும். சில ரைம்கள் வாழ்க்கையோடு ஒட்டி இருக்கும்.

உதாரணத்துக்கு இதைச் சொல்லலாம். இரவில் வானம் சிவந்து காணப்பட்டால் இதமான பருவ நிலையும், அதே சிகப்பு காலையில் காணப்பட்டால் மோசமான பருவ நிலையும் இருக்கும் என்பது மேலை நாடுகளில் உள்ள நம்பிக்கை. அதைக் கவிதை வடிவில் சொல்கிறது கீழே உள்ள வரிகள்.

Red sky at night: shepherd's delight
Red sky in the morning: shepherd's warning.

வானத்தின் நிறத்தை வைத்துப் பருவ நிலையை அறிய உதவும் ரைம் இது.

ரைம்ஸ் என்று சொல்லப்படும் எளிய கவிதை வடிவங்களிலே சொல்லப் படுவதை மூளை சுலபமாக வைத்துக் கொள்ளும். இதற்குப் பொருத்தமான இன்னொரு உதாரணம் :

Thirty days haveth September
April, June and November
All the rest have thirty-one
February has twenty-eight alone
Except in leap year, then the time
When Febs days are twenty-nine.

என்ற எளிமையான நர்சரிப் பள்ளிப் பாடல் எந்தெந்த மாதத்துக்கு

எவ்வளவு நாட்கள் என்பதை மிக எளிமையாகப் புரிய வைக்கிறது பாருங்கள். ஊர்வலங்களின் கோஷங்களும் லேசாகக் கவிதை நடையில் இருப்பதைப் பார்க்கலாம்.

"பனை மரத்திலே வவ்வாலா
தலைவருக்கே ச(வ்)வாலா?" போன்றவற்றையும்,

"இந்தப் படை போதுமா?
இன்னும் கொஞ்சம் வேணுமா?" என்பதையும் கேட்டிருப்பீர்கள்.

இதைப் போலவே நீங்களும் செய்ய வேண்டிய வேலைகளையோ அல்லது படித்த பாடங்களின் குறிப்புக்களையோ மனதுக்குள் கவிதை வடிவிலே சொல்லிக் கொள்ளலாம்.

நகைச் சுவையை ஆங்காங்கே தூவுங்கள். சின்னச் சின்னக் கவிதை மாதிரி நீங்களே செய்திகளைக் கோவையாக்கிப் பாருங்கள். அருமை யாக நினைவில் நிற்கும்.

நீங்களும் ஏன் சின்னக் கவிதை மூலம் நினைவாற்றலை மேம்படுத்தக் கூடாது? நினைவாற்றலை வளர்ப்பதோடு உங்களது படைப்பாற்றலை யும் இது நிச்சயம் வளர்க்கும்.

"காப்பிக் கொட்டையை அரைக்கக் கொடுக்க வேண்டும். 'ஹோம் வொர்க் என்ன' என்று கமலாவின் வீட்டில் போய்க் கேட்கணும். அப்பா வோட துணிகளை இஸ்திரி செய்யக் கொடுக்க வேண்டும். இரவல் வாங்கிய கெமிஸ்ட்ரி நோட்டைத் திருப்பித் தராமல் இழுத்தடிக்கும் அர்ஜுனிடமிருந்து நோட்டைப் பெற்றாக வேண்டும். கோபக்கார அண்ணனுக்கு ஷேவிங் சோப் வாங்க வேண்டும்" என்று பல வேலை களை முடிக்க வேண்டிய கட்டாயத்தில் இருக்கும்போது நீங்களே சின்னதாக இப்படி ஒரு கவிதையை ஏன் உருவாக்கக் கூடாது?

'காபிக் கொட்டை, கமலா வீடு, தோபி கிட்ட துணியக் குடு, பாவி அர்ஜுன் நோட்டைப் பிடுங்கு, ஷேவிங் சோப்பை மறந்தா டின்னு!'

தமிழ்நாட்டில் ஒரு தெருவுக்குக் குறைந்தது பதினெட்டுக் கவிஞர் களாவது இருக்கிறார்கள். உங்கள் தெருவில் நீங்கள் ஏன் பத்தொன்பதா வதாக ஆகக் கூடாது?

❏ ❏ ❏

மெமரி பூஸ்டர்

(18)

"A tale never loses in the telling."

– ஸ்காட்லாந்துப் பழமொழி

மூன்றாம் பிறை படத்தில் ஒரு காட்சி. மனநிலை பாதிக்கப்பட்டவராக இருப்பார் ஸ்ரீதேவி. அவருக்குக் பாடல் வடிவில் கதை ஒன்றைக் கமல்ஹாசன் சொல்லுவதாகக் காட்சி அமைக்கப் பட்டிருக்கும். "முன்பு ஒரு காலத்திலே" என்ற பாடல் அது. கதையின் சுவாரசியத்தில் ஒன்றிப் போவார் ஸ்ரீதேவி.

நன்றாகப் பாடம் நடத்துகிற ஆசிரியர்கள் இடையிடையே கதைகளைச் சொல்லுவதும் உண்டு. உபன்னியாசம் செய்கிறவர்கள் மற்றும் பட்டிமன்றப் பேச்சாளர்கள் கூடத் தங்களது சொற்பொழிவுகளுக்கு இடையில் கதைகளைச் சொல்வதைக் கவனித்திருப்பீர்கள். நீதி போதனையில் பெரும்பாலும் கதைகள் இடம் பெற்றிருக்கும். அவ்வளவு ஏன்? பிரச்சாரம் செய்யும் சில அரசியல்வாதிகள் கூடப் பேச்சுக்கிடையில் குட்டிக் கதைகள் சொல்வதைப் பார்க்கிறோமல்லவா! இங்கெல்லாம் கதை பயன்படுகிறபோது நினைவாற்றலுக்கும் கதைகளைப் பயன்படுத்தினால் தப்பொன்றும் இல்லை. இதைத்தான் நிமோனிக்ஸில் கதை உத்தி என்கிறார்கள்.

இதுவும் பாலம் அமைக்கும் உத்தி போன்றதுதான். கொஞ்சம் கூடுதல் கற்பனை கலந்து, நினைவில் இருத்த வேண்டிய செய்திகளை ஒரு கதையாக மாற்றிக் கொள்ள வேண்டும். உதாரணம் சொன்னால் நன்கு புரியும் என்று நினைக்கிறேன்.

முதன் முதலாக வாரத்தின் ஏழு கிழமைகளையும் வரிசைக் கிரமமாகக் குழந்தைகளுக்கு அறிமுகப்படுத்தும்போது,

"ஞாயிற்றுக் கிழமை நகையைக் காணோம்

திங்கட் கிழமை திருடன் கிடைத்தான்

செவ்வாய்க் கிழமை ஜெயிலுக்குப் போனான்.

புதன்கிழமை புத்தி வந்தது

வியாழக் கிழமை விடுதலையானான்.

வெள்ளிக்கிழமை வீட்டுக்கு வந்தான்.

சனிக்கிழமை சாப்பிட்டுப் படுத்தான்"

என்று கதை மூலமாகச் சொல்லிக் கொடுத்தால் எளிதில் மனதில் பதியுமல்லவா?

ஆங்கில மாதங்களை வரிசையாக நினைவுபடுத்த மேலை நாடுகளில் சொல்லித் தரும் கதை வடிவத்தைப் பாருங்கள் :

JANet was quite ill one day.

FEBrile trouble came her way.

MARtyr-like, she lay in bed;

APRoned nurses softly sped.

MAYbe, said the leech judicial

JUNket would be beneficial.

JULeps, too, though freely tried,

AUGured ill, for Janet died.

SEPulchre was sadly made.

OCTaves pealed and prayers were said.

NOVices with ma'y a tear

DECorated Janet's bier.

ஜனவரி, பிப்ரவரி என்று ஆரம்பித்து பன்னிரண்டு மாதங்களையும் வெறும் வரிசைக் கிரமமாகச் சொல்லித் தருவதற்குப் பதில் மேற்படிக் கதை மூலம் ராகத்தோடு குழந்தைகளுக்குக் கற்றுக் கொடுத்தால் குழந்தை ஆர்வத்தோடு கதையை ரசிக்கும். அதே சமயத்தில் கற்க வேண்டியதையும் சிரமம் இன்றிக் கற்றுக்கொள்ளும்.

சென்னை ஹிந்து உயர்நிலைப் பள்ளியில் நான் படிக்கும்போது ட்ரிக்னாமெட்ரி என்ற கணிதப் பாடப் பிரிவில் டேஞ்சன்ட், சைன், கோசைன் என்ற சமன்பாடுகள் எனக்குக் குழப்பம் தருவதாக இருந்தன. எனது கணித ஆசிரியர் திரு. ராமானுஜம் அவர்கள் எளிமையான ஒரு கதையைச் சொன்னார். அதன் பிறகு இன்று வரை எனக்கு அச்சமன்பாடு களில் குழப்பமே வரவில்லை.

Two Old Angels

Skipped Over Heaven

Carrying Ancient Harps

என்பதுதான் அந்தக் கதை.

O என்பது Opposite, A என்பது Adjacent, H என்பது Hypotenuse

எனவே Tangent = Opposite/Adjacent;

Sine = Opposite/Hypotenuse;

Cosine = Adjacent/Hypotenuse.

இன்னொன்றையும் பார்ப்போம் :

முதல் வகை நெம்புகோலுக்கு உதாரணங்கள் இவை :

பாறையை நெம்பும் கடப்பாரை, ஆணியைப் பிடுங்கும் சுத்தியல், சீசாப் பலகை, படகுடன் இணைந்திருக்கும் துடுப்பு, தூண்டில் முள், தராசு.

இந்த ஐந்தையும் நினைவுபடுத்திக் கொள்ள ஒரு சின்னக் கதையை இப்படி அமைக்கலாம்.

முதல் வகை நெம்புகோல் என்றவுடன் உழைப்பவர்களே முதல் வகை மனிதர்கள் என்று ஒரு பிம்பத்தை உருவகப் படுத்திக் கொள்ளுங்கள். கடுமையாக உழைக்கும் ஒருவர் நெம்புகோல் ஒன்றை வைத்து ஒரு பாறையை நகர்த்துகிறார். இன்னொருவர் சுத்தியல் மூலம் ஆணிகளைப் பிடுங்கி உழைக்கிறார். இப்படிக் கடுமையாக வேலை செய்து விட்டுக் கொஞ்சம் நேரம் இருவரும் சீசாப் பலகையில் அமர்ந்து விளையாடு கின்றனர். அவர்களுக்குப் பசிக்கிறது. பக்கத்தில் இருக்கும் ஆற்றில் ஒரு படகில் துடுப்பு வலித்துக் கொண்டே தூண்டில் மூலம் மீன் பிடிக் கின்றனர். எவ்வளவு மீன் கிடைத்தது என்று ஒரு தராசு மூலம் எடை போட்டுப் பார்க்கின்றனர்.

தேவையான நிறங்களையும் தேவைப் படும் பாத்திரங்கள் மற்றும் பொருட்களுக்கு அளியுங்கள்.

இப்போது முதல் வகை நெம்புகோலுக்கு உதாரணங்கள் என்னென்ன என்றவுடன்,

முதல் வகை - உழைப்பாளர் - கடப்பாரை - ஆணி பிடுங்கும் சுத்தியல்- உழைத்த பின் விளையாட்டு - சீசாப் பலகை - பசி - ஆற்றுப் பயணம் - படகுடன் இணைந்த துடுப்பு - தூண்டில் முள் - மீன் எடை போடத் தராசு இப்படிக் கிடு கிடு என்று வரிசைக் கிரமமாக நினைவுக்கு வந்து விடுகிறதல்லவா? கதை மறக்காமல் இருக்க அந்தப் பக்கத்திலேயே 'உழைப்பவர்' என்று மட்டும் குறித்துக் கூட வைக்கலாம். வறட்டுத் தனமாக மனப்பாடம் செய்யாமல், தேர்வுக்குப் படிக்கும்போது, 'உழைப்பவர்' என்ற ஒரு வார்த்தையை மட்டும் பார்த்தால் அனைத்து உதாரணங்களும் நினைவுக்கு வந்துவிடுமல்லவா? மனதில் காட்சியை வினாடிக்கும் குறைவான நேரம் ஓட விட்டு, மளமள வென விடையைத் துல்லியமாக எழுதி விடலாம் அல்லவா?

அடுத்த வாரம் இன்னும் கொஞ்சம் "கதை"யடிப்போம் சரியா?

மெமரி பூஸ்டர்

(19)

The palest ink lasts longer than the most retentive memory.

– சீனப் பழமொழி

பதினாறு வயதினிலே திரைப்படத்தில் ஸ்ரீதேவியைக் குஷிப்படுத்தப் பாட்டிலேயே சப்பாணி கமல் ஒரு கதை சொல்லுவார். "ஆட்டுக் குட்டி முட்டையிட்டு" என்று நடக்கவே முடியாத சம்பவங்களைக் கொண்டு மிகவும் சீரியஸாகப் பாடுவார். அத்தனையும் அபத்தமாக இருக்கும். ஆனால் பலரையும் பல காலம் முணுமுணுக்க வைத்த பாடல் அது. அதைப் போலவே நம் மனதில் புதைந்திருக்கும் செய்திகளை மறுபடியும் நினைவுக்குக் கொண்டு வரப் பயன்படுத்தும் கதை, எந்த லாஜிக்கிலும் அடங்க வேண்டும் என்ற கட்டாயம் கிடையாது. இன்னும் சொல்லப் போனால் எந்த அளவு நாம் புனையும் கதை அபத்தமாக இருக்கிறதோ அந்த அளவுக்கு எளிதில் செய்திகளை நினைவுக்குக் கொண்டு வரும்.

'தைராக்ஸின் என்ற ஹார்மோனின் செயல்கள்' என்பதை உதாரணமாக எடுத்துக் கொள்ளுவோம்.

1) It is basis for all metabolic activities

2) If it is present in optimum level it maintains efficient muscle functions

3) It promotes protein anabolism and helps in growth

4) It increases heart beat

5) It increases the absorption of sugar from small intestine.

6) It reduces serum cholesterol level

7) It has control over urine output.

தைராக்ஸின் என்றதுமே 'தை தை" என்று ஆடும் ஒரு டேன்சர் (நடன மாது) நினைவுக்கு வரட்டும். அங்கிருந்து ஆரம்பிப்போமா கதையை?

1) டேன்ஸ் ஆடுபவருக்கு ஒரு பேஸ் (மேடை) வேண்டும்.

(It is basis for all metabolic activities)

2) நன்கு நடனமாடினால் தசைகள் எல்லாம் உறுதியாக இருக்கும்.

(If it is present in optimum level it maintains efficient muscle functions)

3) போட்டி போட்டு ஆடினால்தான் நடனத்துறையில் அவருக்கு க்ரோத் இருக்கும். (It promotes protein anabolism and helps in growth)

4) நடனத்தின் மூலம் பார்ப்பவரின் இதயத் துடிப்பை எகிறச் செய்யலாம். (It increases heart beat)

5) சர்க்கரை போல வாழ்வு இனிக்கும்.

(It increases the absorption of sugar from small intestine.)

6) கொழுப்பும் குறையும்.

(It reduces serum cholesterol level)

7) இவரது ஆட்டத்தைப் பார்த்து மற்ற டேன்சரெல்லாம் பயத்தில் பாத்ரூம் போக வேண்டியதுதான்.

(It has control over urine output.)

தைராக்ஸினின் செயல்பாடுகள் என்ன என்று தேர்வில் கேள்வி வந்தால் டேன்சரின் கதையை மனதில் ஓட விடுங்கள். சாதாரண டேன்சரா அவர்? இலையில்லை! மேடையில் உறுதியான கால்களுடன் ஆடி, நடனத் துறையில் வளர்ச்சி பெற்று, பார்வையாளர்களின் இதயத்

துடிப்பை அதிகரிக்கச் செய்து, கொழுப்பு, சர்க்கரை வியாதிகள் இன்றி மற்ற நடனக் காரர்கள் பயந்து நடுங்கும்படி இருக்கும் டேன்சர் அவர்.

பாடப் புத்தகத்தின் அந்தப் பக்கத்தில் 'டேன்சர்' என்று மட்டும் எழுதி வைத்துக் கொள்ளுங்கள். தேர்வின்போது ஒரு புன்முறுவலுடன், கதை மனதில் ஓட, பாயின்டுகள் அனைத்தையும் கோர்வையாய் எழுதுங்கள். இது எப்படி இருக்கு?

இரவு படுக்கப் போகிறீர்கள். தலையணை அருகே ஒரு நோட்டுப் புத்தகமும் பேனாவும் தயாராக இருக்கட்டும். ஸ்விட்சை அணைத்ததும் விளக்கு அணைந்து விடுவதைப் போலப் படுத்த அடுத்த நொடி யாருக்கும் தூக்கம் வராது. பலரும் தூக்கம் வரும் வரை இருட்டில் கண் களைக் கொட்டக் கொட்ட விழித்துக் கொண்டிருப்பார்கள். அப்படிச் செய்யாமல் இரவில் படுக்கையில் படுத்ததும் கண்களை மெல்ல மூடி அன்று படித்த பாடங்களை, நீங்கள் கற்ற நினைவாற்றல் உத்திகளுடன் மெல்ல இணைத்துப் பாருங்கள். ஏதாவது ஒரு விஷயம் நினைவுக்கு வர மறுத்தால் தலையணைக்குப் பக்கத்தில் தயாராக வைத்திருக்கும் நோட்டுப் புத்தகத்தில், இருட்டிலேயே ஒரு குத்து மதிப்பாகச் சந்தேகத்தை எழுதி வையுங்கள். படித்தவற்றை ஒழுங்கு படுத்தி, உங்கள் மூளை அடுத்த நாள் நினைவுக்கு எளிதில் கொண்டு வருவதை உணரலாம்.

சரி! ரொம்ப சீரியஸாகக் கட்டுரை போகிற மாதிரி தெரிகிறதா? ரிலாக்ஸ் பத்திப் பேசுவோமா?

மிக அதிகமாகப் படித்து விட்ட மனநிலை வருகிறதா? மூளைக்குப் படிப்பிலிருந்து தற்காலிக ஓய்வு கொடுத்து விட்டுக் கொஞ்ச நேரம் அமைதியாயிருங்கள். வாஷிங்டன் பல்கலைக் கழகத்தைச் சேர்ந்த ஜீன்சோக் கிம் என்பவர் ஓய்வின்றி மூளை இருப்பதும் நினைவாற்ற லுக்குக் கேடு விளைவிக்கும் என்கிறார். நினைவாற்றலுக்குப் பொறுப் பான மூளையின் ஹிப்போகேம்பஸ் நன்கு செயல்பட யோகா, தியானம் போன்றவை உதவும். மாணவர்கள் நன்கு தூங்கி எழுந்த பிறகு கணக்கு போன்ற பாடங்களை இரு மடங்கு வேகத்தில் செய்கின்றனர் என ஹார்வேர்ட் மெடிக்கல் ஸ்கூல் நிறுவன ஆராய்ச்சியாளர்கள் கண்டு பிடித்திருக்கின்றனர். அடுத்த வாரம் மேலும் சுவாரசியமான உத்தி களுடன் சந்திப்போம்.

மெமரி பூஸ்டர்

(20)

"I never forget a face, but in your case I'll be glad to make an exception."

– க்ரவ்ச்சோ மார்க்ஸ் (புகழ் பெற்ற அமெரிக்க நகைச்சுவை நடிகர்)

இரண்டு உணவகங்கள் அடுத்தடுத்து இருந்தன. இரண்டுமே தரத்திலும் பிற விஷயங்களிலும் ஒரே மாதிரி இருந்தன. இரு உணவகங் களின் உரிமையாளர்களுமே உணவக வாசலில் நின்று வாடிக்கையாளர் களைப் புன்முறுவலோடு இனிமையாக வரவேற்கின்றனர். இருந்தாலும் ஒருவரின் கடைக்கே அதிக வாடிக்கையாளர்கள் வருகின்றனர்.

இருவரும் வரவேற்கும் முறையைப் பார்போமா? முதல் கடை உரிமை யாளர் அனைவரையுமே "வாங்க வாங்க" என்று வரவேற்பார்.

அடுத்த கடை உரிமையாளரோ, "பாலுத் தம்பி! வாங்க வாங்க" என்றும், 'ரத்தினசாமி அண்ணாச்சி! நல்லா இருக்கீங்களா?" என்றும், "சோமு மாப்ள! வீட்ல மீனாட்சியும் மாதப்பனும் நல்லா இருக்காங் களா?' என்றும் வரவேற்கிறார்.

இரண்டாவது கடையில் கூட்டம் அள்ளுவதற்கு இதுதான் காரணம். யாருக்குமே தங்களின் பெயரை மரியாதையுடன் - அன்புடன் பிறர்

சொல்வதைக் கேட்பதற்கு விருப்பம் இருக்கும்.

முடிவெட்டும் கடைகளில் சிலவற்றில் முடி திருத்துபவர் தனது வாடிக்கையாளரின் விவரங்களைத் தெரிந்து கொள்ளுவதில் அதிக ஆர்வம் காட்டுவதைப் பார்க்கலாம். அடுத்த முறை தனது கடைக்கு அவர் வரும்போது ஏற்கனவே தான் அவரைப் பற்றித் தெரிந்த விஷயங்கள் தொடர்பாகப் பேசி அசத்துவார்.

ஆனால் முகங்களையும் பெயர்களையும் நினைவில் வைக்கும் கலை ஒரு சிலருக்கே கை கூடுகிறது. ஏற்கனவே அறிமுகப்படுத்தப்பட்ட நண்பர் ஒருவரை அடுத்த முறை சந்திக்கும்போது அவரது பெயர் நினைவுக்கு வராமல் சங்கடம் ஏற்படுத்துவதை அடிக்கடி உணர்ந் திருப்போம். “ஹலோ மிஸ்டர் ஜேம்ஸ்! எப்படி இருக்கீங்க?” என்று கை குலுக்கும் போது, “என்னோட பேரு ஜேம்ஸ் இல்லீங்க, என் பேரு ஜான்” என்று அவர் பதில் சொன்னால் இருவருக்குமே ஒரு மாதிரியாக இருக்குமில்லையா?

ஜார்ஜ் வாஷிங்டன் தனக்குக் கீழ் பணி புரியும் ஒவ்வொரு போர் வீரரின் பெயரையும் நினைவில் வைத்திருப்பாராம். இவரைப் போலவே ஃப்ராங்ளின் டி. ரூஸ்வெல்ட், ஜெனெரல் சார்லெஸ் டி கால், ஜெனரல் ஜார்ஜ் மார்ஷல் போன்றோரும் அற்புதமான நினைவாற்றல் படைத்த வர்கள். பெரும் பொறுப்புக்களையும் வகித்துக் கொண்டு சிறு விஷயங் களையும் நினைவில் இவர்கள் இருத்தவில்லையா?

பெயர்களையும் முகங்களையும் நினைவில் வைப்பது எப்படி என்பதைப் பற்றி லேசாகப் பார்ப்போம். இதற்கு உதவும் நிமோனிக்ஸின் பெயர் அப்சர்வேஷன் மற்றும் அசோசியேஷன் முறை.

அறிமுகப் படுத்தப் படுபவரின் பெயரைப் பிரித்துக் காட்சிப் படுத்திக் கொள்ளுங்கள். முத்துசாமி என்பவரை முத்து என்றும் சாமி என்றும் பிரித்து மனதில் இருத்தலாம். ’முத்து பேர்ல இருக்கும். ஆனா பல் வரிசை முத்து முத்தா இல்லியே? சொத்தை சொத்தையா இருக்கே?’ என்று மன நாக்கால் சொல்லிப் பார்த்துக் கொள்ளுங்கள்.

பத்மாவதி என்பவரை அறிமுகப்படுத்தும்போது ’பத்மா’வைப் பார்த்தது என்னுடைய ’விதி’ எனலாம்.

சிறியதாக வாய் இருக்கும் குருசாமியைக் 'குருவாயூரப்பன்' என்று செல்லமாக உருவகப் படுத்திக் கொள்ளலாம்.

அறிமுகப் படுத்தப் படுபவரின் பெயரை மறுமுறை கேட்கலாம். ரத்தினசாமி என்பவரை உங்களுக்கு அறிமுகப்படுத்துவதாக வைத்துக் கொள்ளுவோம். "உங்கள் பெயருக்கு ஸ்பெல்லிங் எப்படி சார் எழுது வீங்க? RATHNA SAMIM அல்லது RATHINA SAMYM? சாமிங்கிறதை SAMI, SAMY, SWAMY இப்படி நிறைய விதங்களில் எழுதுறாங்களே" என்று ஒரு பிட்டை வீசுங்கள். அவர் சொல்லும்போது அவரது பெயர் உங்கள் நினைவில் நிற்கும்.

மிகவும் கொஞ்சமாகப் பேசுபவராக இருந்தால் "ரத்தினச் சுருக்கம் ரத்தினசாமி" என்றோ அதிகம் பேசுபவராக இருந்தால், "ரம்பம் ரத்னம்" என்றோ மனதில் பதிய வைத்துக் கொள்ளுங்கள். தட்ஸ் ஆல் யுவர் ஆனர்! முடிந்தால் அறிமுகப்படுத்துபவரிடம் அவரது விஸிட்டிங் கார்டு இருந்தால் வாங்கி வைத்துக் கொள்ளுங்கள். அடிக்கடி பெயரைப் பார்க்கும் போது மேலும் மனதில் பதியும்.

புதிதாக அறிமுகப்படுத்தப் பட்டவர் போன பிறகும் அவரது பெயரை அடிக்கடி மனதில் சொல்லிப் பாருங்கள். மறக்காது.

முதன் முதலாக அறிமுகப் படுத்தப் படும் நபரின் முகத்தைக் கூர்ந்து நோக்குங்கள். வளைந்த மூக்கு, காதுகள், வாய், நிறம், மரு, மச்சம், கண்கள், புருவம், கன்னம், தலை முடி, முன் நெற்றி, அடர்ந்த புருவம், வழுக்கை மண்டை, போன்ற ஏதாவது ஒன்று வித்தியாசமாக இருக்கும். அப்படி இல்லாவிட்டாலும் சிறியதாக அல்லது பெரியதாக இருக்கும் ஒரு 'சிறப்பம்சத்தை' வலிய அவரது பெயரோடு தொடர்பு படுத்தி நினைவில் பதியுங்கள்.

கன்னக் குழி அன்னக்கொடி, சிங்கப்பல் தங்கராஜு, சுருள் முடி அருள்தாஸு, ஜாயிண்ட் புருவம் ஜகன்னாதன், வாய் மணம் வரதராஜன், தொப்பை அப்பாசாமி இப்படி அவரது தோற்றத்தை எதுகை மோனை யுடன் அமைத்துக் கொள்ளுங்கள். அடுத்த முறை அவரைப் பார்க்கும் போது நம்பிக்கையோடு அவரைப் பேர் சொல்லி அழைக்கலாம்.

சிலர் பேசும் விதத்தையும் அவரது பெயருடன் இணைக்கலாம். நக்கல் நமச்சிவாயம், எச்சில் ஸ்ப்ரே இசக்கி முத்து, 'ஐ மீன்' டைசி, புலம்பல்

பொன்னம்பலம் இப்படி ஏதாவது ஒரு இயல்பைப் பெயரோடு கோர்த்துக் கொள்ளுங்கள். மனதோடு வைத்துக் கொள்ளுவது முக்கியம். ஆர்வக் கோளாறாக அடுத்த முறை சந்திக்கும் போது "சௌக்கியமா ஜால்ரா ஆல்துரை?" என்று கேட்டு விடாதீர்கள்!

❑ ❑ ❑

மெமரி பூஸ்டர்
(21)

எண்ணும் எழுத்தும் கண்ணெனத் தகும்

– ஔவையார்

வசூல் ராஜா எம்பிபிஎஸ் படத்தில், ஸ்னேகாவைப் பார்த்துக் கமல் "பத்துக்குள்ளே நம்பர் ஒண்ணு சொல்லு. என் நெஞ்சுக்குள்ளே யார் என்று சொல்வேன்" என்று பாடுவார். நினைவாற்றல் பயிற்சியிலும் இப்படி ஓர் எண்ணைச் சொல்வதன் மூலம் இன்னொரு செய்தியைப் பதிய வைக்க இயலும்.

சென்ற வாரம் ஒவ்வோர் எண்ணுக்கும் ஓர் எழுத்தை இணையாக்கினோம் அல்லவா? (எதனால் ஒவ்வொரு எழுத்துக்கும் ஒவ்வொரு குறிப்பிட்ட எழுத்து இணையாக்கப்பட்டது என்ற காரணத்தையும் சொல்லியிருந்தோம்.) அந்த அட்டவணையை மீண்டும் ஒருமுறை பார்த்துக் கொள்ளுவோம்.

0 = S மற்றும் Z

1 = T மற்றும் D

2 = N

3 = M

4 = R

5 = L

6 = G *மற்றும்* J

7 = K

8 = F

9 = P *மற்றும்* B

உயிரெழுத்துக்கள் எதுவும் மேற்படி அட்டவணையில் இல்லை என்பதைக் கவனியுங்கள். அவற்றை filler *என்பார்கள்.*

இம்முறையில் கவனிக்கப்படவேண்டிய விஷயம் என்னவென்றால் உச்சரிப்புக்குத்தான் முக்கியத்துவம் தரப்பட வேண்டுமே தவிர ஸ்பெல்லிங்குக்கு அல்ல. இதைப் புரிந்து கொள்ளப் பின் வரும் உதாரணத்தைப் பார்போம்.

தங்கத்தின் அணு எண் (atomic number) *79. இதை நினைவில் இருத்த என்ன செய்யலாம்?*

மேற்படி அட்டவணையின்படி 7 = K *மற்றும் 9* = P. *அப்படியானால் 79* = KP. *இரண்டுக்கும் இடையில்* A *என்னும் ஒரு உயிரெழுத்து* fillerI *இட்டு நிரப்பினால்* KAP. *கேப் என்றால் தொப்பி என அர்த்தப் படுத்துங்கள். (கவனித்தீர்களா? கேப் என்ற உச்சரிப்புத்தான் முக்கியம். தொப்பி என்பதற்கான* CAP*க்குப் பதிலாக* KAP *என்று மனம் அர்த்தப் படுத்த வேண்டும்.) தலையில் வைக்கும் கேப் = கிரீடம் என்று அர்த்தப் படுத்துங்கள். அப்போது தங்கத்தின் அட்டாமிக் எண் என்ன என்ற வுடன், தங்கம் = தங்கக் கிரீடம் = கேப் =* KAP *இதில்* A *என்ற உயிரெழுத்தை நீக்கி விட்டால்* KP = *79. சரியா?*

ஒரு மனிதனின் கையில் 27 எலும்புகள் இருக்கின்றன. அட்டவணை யின் படி 27 = NK *இதற்கு முன்னர்* I *என்ற உயிரெழுத்தைச் சேர்த்தால்* INK *ஆகிறது அல்லவா? கையின் மூலமாகப் பேனாவால் ஒரு மனிதன் எழுதும் கற்பனைச் சித்திரத்தை உங்கள் மனதில் இருத்திக் கொள் ளுங்கள். பேனாவில்* INK *போடுவோம் என்பதையும் இணைத்துக் கொள்ளுங்கள். இப்போது மனிதனின் கையில் உள்ள எலும்புகள்*

என்றதுமே ஒரு மனிதன் கையில் பேனாவைப் பிடித்துப் பேனாவில் ஐசூமு போட்டு எழுதுகிற சித்திரம் மனக் காட்சியாக விரிகிறதல்லவா? ஆமாம். INK ல் உள்ள I = உயிரெழுத்து = filler இந்த filler I நீக்கிவிட்டால் NK. அட! NK = 27. மனிதனின் கையில் உள்ள எலும்புகளின் எண்ணிக்கை 27. இதைப் போல ஒவ்வோர் எண்ணுக்கும் ஒரு கறபனைச் சித்திரம் தீட்டுவது கடினம் போலத் தோன்றினாலும் மிக மிக எளிது. முயற்சி செய்துதான் பாருங்களேன்?

டெலிஃபோன் எண்கள், இன்சூரன்ஸ் பாலிசி எண்கள், கிரடிட் மற்றும் டெபிட் கார்டு எண்கள், வேதியியல் படிப்பவர்கள் அட்டாமிக் எண்கள், வரலாறு படிப்பவர்களுக்கு முக்கியமான வருடங்கள், பாஸ் வேர்டுகள் போன்ற பலவற்றையும் நினைவுபடுத்த இப்பயிற்சி உதவும்.

சில சமயம் அட்டவணையில் உள்ள எழுத்துக்களுடன் இந்த filler களைச் சேர்த்து அர்த்தம் உள்ள வார்த்தை ஒன்றையும் உருவாக்கலாம்.

உதாரணமாக 6714 என்ற எண் உங்களது இணைய தளப் பாஸ்வேர்டு எண் என்று வைத்துக் கொள்ளுவோம். இதை நினைவில் இருத்த வேண்டும் என்றால் அட்டவணைப்படி JKTR என்று ஆகும்.

J மற்றும் K ஆகிய இரண்டு எழுத்துக்களுக்கிடையில் A மற்றும் E ஆகிய filler களைச் சேர்த்து JAKE ஆக மாற்றுங்கள். TR என்ற இரு எழுத்துக்களுடன் filler களாக ee சேர்த்து TREE ஆக மாற்றுங்கள். இப்போது JAKE TREE கிடைத்து விட்டது. பாஸானால் பலாப்பழம் மாதிரி இனிப்பாயிருக்கும் என்று ஒரு பிட்டை மனதுக்குள் வீசுங்கள்.

பாஸ் வேர்டு என்றதுமே - பாஸானால் - பலாப் பழம் - பலா மரம் - JAKE TREE - filler களை நீக்கினால் JKTR. அதாவது 6714. சரியா?

தொலைபேசி எண்களை நினைவுகொள்ள, எண்களைத் தேவை யான அளவு பிரித்து அவைகளுக்கு இடையே ஒரு தொடர்பை ஏற்படுத்த வேண்டும். உதாரணமாக 2247902 என்ற தொலைபேசி எண்ணை நினைவுக்குக் கொண்டுவர வேண்டுமெனில்

முதல் இலக்கமான 2 ஐ நினைவில் இருத்த பிஎஸ்என்எல் லேண்ட் லைனின் ஆரம்ப எண் 2

இரண்டாவது இலக்கமான 2 ஐ நினைவில் இருத்த இரண்டாவது

எண் இரண்டேதான். அதாவது 2

மூன்றாவது இலக்கமான 4 ஐ நினைவில் இருத்த முதல் இரண்டு எண்களின் பெருக்குத் தொகை = 4

நான்காவது இலக்கமான 7 ஐ நினைவில் இருத்த மூன்றாவது எண்ணான 4 ஐ அது இருக்கும் இலக்கமான 3 உடன் கூட்டினால் = 4+3= 7

ஐந்தாவது இலக்கமான 9 ஐ நினைவில் இருத்த இதற்கு முந்தைய எண் ஒற்றைப்படை எண்ணான 7. அடுத்த ஒற்றைப்படை எண் = 9

ஆறாவது இலக்கமான 0 ஐ நினைவில் இருத்த

ஒன்பதுக்கு அடுத்தது = 0 என நினைவில் பதியுங்கள்

ஏழாவது இலக்கமான 2 ஐ நினைவில் இருத்த

முதலும்முடிவும் ஒன்று என்ற தத்துவத்தின்படி முதல் இலக்கமும் 2 முடிவான இலக்கமும் 2

எழுதவும் படிக்கவும் வேண்டுமானால் நேரம் ஆகலாம். மனதில் ஒரு முறை இதைப் பதிய வைத்துச் சில முறை மீண்டும் நினைவுக்குக் கொண்டு வரும் பரிசோதனையைச் செய்து பாருங்கள். மிக எளிதில் நினைவில் பல எண்களை வைக்கலாம்.

இதில் குறிப்பிடத் தக்க செய்தி என்னவென்றால் நீங்களே சொந்த முயற்சியில் இப்படி ஓர் இணைப்பை ஏற்படுத்தும்போது அது அற்புதமாக வேலை செய்யும்.

மெமரி பூஸ்டர்

(22)

""Spelling is the writing of one or more words with letters and diacritics"

- Wikipedia

இயக்குநரும் எனது நண்பருமான பாக்யராஜ் ஒரு குட்டிக் கதை சொல்லுவார். தகராறு என்ற வார்த்தைக்குச் சரியான ஸ்பெல்லிங் எது என்று ஒரு மாணவனுக்குச் சந்தேகம் வந்துவிட்டதாம். ஆசிரியரிடம் கேட்கிறான். "ஐயா! தகராறு அப்படினு எழுதும்போது எந்த 'ரு' போடணும்? பெரிய 'று' வா அல்லது சின்ன 'ரு' வா? ஆசிரியருக்கும் சரியாகத் தெரியவில்லையாம். ஆனால் அதைக் காட்டிக் கொள்ள முடியுமா? எனவே இப்படிச் சொல்லிச் சமாளித்தாராம். "இது என்னடா கேள்வி? தகராறு சின்னதா இருந்தா சின்ன 'ரு' போட்டுக்க. பெரிசா இருந்தா பெரிய 'று' போட்டுக்க." என்றாராம்.

சில வார்த்தைகளை எழுதும்போது இதே மாதிரி நமக்கும் ஸ்பெல்லிங்கில் சந்தேகம் வந்துவிடும். குன்ஸாகக் குத்துமதிப்பாக எதை யாவது எழுதுவதைவிடச் சிக்கலான வார்த்தைகளுக்கும் நிமோனிக்ஸ் உத்தியைக் கடைப்பிடித்தால் தப்பில்லாமல் எழுதலாம்.

உதாரணமாக சில வார்த்தைகளையும் அவற்றுக்கான ஸ்பெல்லிங்கு

களை நினைவில் இருத்தும் உத்திகளையும் பார்ப்போம்.

ஆர்கியூமெண்டுக்கு ஸ்பெல்லிங் ARGUEMENT என்பது சரியா? அல்லது ARGUMENT என்பது சரியா?

ஆர்க்யூமென்ட் என்றால் விவாதம். விவாதத்தில் எதையாவது இழப்போம் என்று வைத்துக் கொள்ளுவோம். இங்கே விவாதம் என்று பொருள்படும் argueவில் உள்ள e இழக்கப்பட்டது. எனவே ARGUMENT என்பதே சரி.

PRINCIPAL மற்றும் PRINCIPLE வேறுபாடு காண்பது எப்படி?

PRINCIPAL என்ற வார்த்தை முதல்வரையும் PRINCIPLE கொள்கை என்பதையும் குறிக்கும்.

PRINCIPAL (முதல்வர்) எல்லோருக்கும் PAL (நண்பர்). இது நினைவுக்கு வந்தால் இன்னொன்றை நினைவில் வைப்பது படு சிம்பிள்!

அடிக்கடி ஸ்பெல்லிங்கில் குழப்பம் ஏற்படுத்தும் இன்னொரு வார்த்தை Ascertain என்பது.

I should be AS CERTAIN as possible என்று சொல்லிக் கொள்ளுங்கள். இப்போது சரியாக எழுதிவிடலாம்.

DESERT மற்றும் DESSERT வித்தியாசம் காண்பது எப்படி?

Desert என்றால் பாலைவனம். பாலைவனத்தில் இருக்கும் sand ல் ஒரு S மட்டுமே இருக்கும்.

DESSERT என்பது இனிப்புப் பண்டம். அதாவது Sweet Stuff. இரண்டு S வருவதைக் கவனியுங்கள்.

HEAR மற்றும் HERE :

ஒன்றுக்கு "கேட்பது" என்றும் இன்னொன்றுக்கு "இங்கே" என்றும் பொருள். எது "கேட்பதற்கு"? எது "இங்கே" என்பதற்கு?

ஹியர் (Hear) என்றால் கேட்பது. கேட்பதற்குக் காது (Ear) வேண்டும். hear ல் ear உள்ளது. எனவே கேட்பது என்ற பொருள் தர வேண்டிய இடத்தில் Hear ஐப் பயன்படுத்தவும்.

POTASSIUM என்று எழுதும்போது பலரும் ஒரு S மட்டுமே

இருப்பதாகத் தவறாக எழுதுவார்கள். சிலர் தேவையில்லாமல் C என்ற எழுத்தைத் தவறாகப் பயன்படுத்துவார்கள். POTASSIUM என்ற இந்த வார்த்தையில் T என்ற எழுத்தும் S என்ற எழுத்தும் இருக்கிறதல்லவா? ஒரு T (tea) யில் இரண்டு மடங்கு சர்க்கரை (double) Sugar இருப்பதாக நினைத்துக் கொள்ளுங்கள். எழுதும்போது ஒரே ஒரு T யும் இரண்டு S ம் போட்டு ஸ்பெல்லிங்கைச் சரியாக எழுதிக் கலக்கி விடுவீர்கள்.

AFFECT மற்றும் EFFECT இரண்டில் எது verb? எது noun?

இதற்கு RAVEN என்ற வார்த்தையை நினைவில் வையுங்கள்.

Remember

Affect

Verb

Effect

Noun

அடுத்தபடியாக இந்த இரண்டு வார்த்தைக்கும் அர்த்தம் காண்பதில் குழப்பமா?

Effect ல் rEsult உள்ள E இருக்கும்.

Affect ல் Attack ல் உள்ள A இருக்கும்.

சில சமயம் ஒரு வார்த்தையில் உள்ள எழுத்துக்களை ஆரம்ப எழுத்தாக வைத்து அர்த்தம் தரும் ஒரு வாக்கியம் அமைத்தும் நினைவில் இருத்தலாம்.

ARITHMETIC என்ற வார்த்தையின் ஸ்பெல்லிங்கை நினைவில் வைக்க A Rat In The House May Eat The Ice Cream. இதை ஞாபகம் வைத்துக் கொள்ளுங்கள். முதலெழுத்துக்களை வைத்துச் சரியான ஸ்பெல்லிங்கை எழுதி விடலாம். இதே போல இன்னும் சில உதாரணங்கள் ......

BECAUSE : Big Elephants Can Always Understand Small Elephants.

NECESSARY : இந்த வார்த்தை அடிக்கடி தப்பாக எழுதப்படுவது. necessary என்றால் தேவைப்படுவது. மனிதனின் சட்டையில் ஒரு Collar உம், கால்களுக்கு இரண்டு Socks உம் தேவை என நினைத்துக்

கொள்ளுங்கள். அப்போது நெஸஸரி என்று எழுதும்போது ஒரு Cயும் இரண்டு Sஉம் கச்சிதமாகப் போட்டு விடுவீர்கள்.

Never Eat Chips; Eat Salad, Sandwiches And Remain Young என்றும் நினைவில் வக்கலாம்.

OCEAN

Only Cats' Eyes Are Narrow

INNOCENT :

IN NO CENTury it is funny.

MISSISSIPPI :

MISS 'I' DOUBLE "S" 'I' DOUBLE "P" 'I' என்று சொல்லிப் பார்த்துக் கொள்ளுங்கள். மறக்காது.

SLAUGHTER : LAUGHTER என்ற வார்த்தையின் ஆரம்பத்தில் 'S' இருக்கும்.

WARISON : தாக்குதலை ஆரம்பியுங்கள் என்று பொருள்படும் வார்த்தை இது. War is on என்பதை நினைவில் வைத்தால் போதுமே?

Believe என்றால் நம்பு என்று அர்த்தம். அந்த வார்த்தையிலேயே lie (பொய்) இருக்கிறதே எப்படி நம்புவது? மனம் இப்படி நினைத்துக் கொண்டால் Believe க்கான ஸ்பெல்லிங் மறக்குமா என்ன?

அட்ரஸ் என்ற வார்த்தையில் ஒரு D போடுவதா இரண்டு Dஆ? அட்ரஸை மனதில் ADD (சேர்க்கவும்.) இரண்டு D என்பது மறக்கா தல்லவா?

'திருநெல்வேலிக்கே அல்வாவா?' என்பதைப்போல நிமோனிக் (Mnemonic) என்ற வார்த்தையின் ஸ்பெல்லிங்குக்கே கீழே உள்ளதை நினைவில் வைக்கலாம்.

Monkey Nut Eating Means Old Nutshells In Carpet.

இது எப்படி இருக்கு?

❑ ❑ ❑

மெமரி பூஸ்டர்
(23)

Everyone blames his memory, but never his judgment
— ஃப்ரான்ஸ் நாட்டுப் பழமொழி

அந்தக் காலத் திரைப் படங்களில் ஓவர் ஆக்டிங் என்னும் மிகை நடிப்பைப் பல நடிகர்களும் பின்பற்றி வந்தனர். இப்போது அந்தப் படங்களைப் பார்த்தால் லேசாகக் கேலிப் புன்னகை கூட வரும். படிப்பதிலும் ஓவர் லேர்னிங் டெக்னிக் (Over learning technique) என்ற ஓர் உத்தி இருக்கிறது. அதிகமான விஷயங்களைப் படிப்பது என்பது இதன் அர்த்தம் அல்ல. அதிக முறை ஒரே பாடத்தைப் படிப்பது என்பதே சரி. அதாவது ஒரு பாடத்தை நன்கு படித்து விட்டோம் என்னும் திருப்தி ஏற்பட்டு அதைத் திரும்ப நினைவுக்குப் பிழையின்றிக் கொண்டு வந்து விடுகிறீர்கள் என்று வைத்துக் கொள்ளுவோம். அத்துடன் நின்று விடக் கூடாது என்கிறார்கள் உளவியல் கல்வியாளர்கள். பிறகு என்ன செய்ய வேண்டுமாம்?

நன்கு துப்புரவாகப் படித்த பாடத்தை மேலும் சில தடவைகள் படியுங்கள். இப்போது இதற்கான நேரம் மிக மிகச் சுருங்கி இருப்பதையும் உங்கள் தன்னம்பிக்கை மிக மிகக் கூடியிருப்பதையும் கண்கூடாக

உணருவீர்கள். நினைவாற்றல் பற்றி ஆய்வு செய்த மேடாக்ஸ் என்னும் அறிஞர், "படித்ததை 100% அளவுக்குத் திரும்ப நினைவுக்குக் கொண்டு வர இயலவில்லை என்றால் முழுமையாகப் படிக்கவில்லை என்றே அர்த்தம்" என்பார். படித்தனவற்றை அப்படியே நினைவுக்குக் கொண்டு வருவது மட்டுமல்லாமல் இந்த ஓவர் லேர்னிங்கின் இன்னொரு நன்மை நீண்ட காலம் மறக்காமல் இருக்க இது உதவும் என்பதுதான்.

செய்யுள் பகுதி போன்றவற்றை மனப்பாடம் செய்தே தீர வேண்டிய கட்டாயம் சில சமயம் ஏற்படும். அதற்கான உத்திதான் "ஒவ்வொன் றாய்ச் சேர்க்கும் உத்தி."

பெட்ரோலின் விலையை லிட்டருக்கு 15 ரூபாய் உயர்த்த வேண்டிய சூழ்நிலையில் ஒரேயடியாக உயர்த்தி விடமாட்டார்கள். அதை மூன்று நான்கு பிரிவாக்கி, மக்களுக்கு ஒரேயடியாக அதிர்ச்சியையும் சிரமத்தை யும் கொடுக்காமல் மெல்ல மெல்ல அவர்களை விலையேற்றத்துக்குத் தயார் செய்து தவணை முறையில் உயர்த்துவார்கள் அல்லவா? அதே உத்திதான் இங்கும்!

உதாரணமாகத் தமிழ் ஆங்கிலம் போன்ற பாடங்களில் மனப்பாடப் பகுதி என்று ஒன்று இருக்கும் அல்லவா? அவற்றைச் சுயமான நடையில் எழுதுவதோ சொந்தச் சரக்கை லேசாக விட்டுத் தாளிக்கவோ கூடாது இல்லையா? அந்தச் சமயத்தில் இந்த உத்தி பயன்படும்.

அதாவது 10 வரிகள் கொண்ட பாடல் ஒன்றை மனப்பாடம் செய்ய வேண்டி இருந்தால் முதல் இரண்டு வரிகளை மனப்பாடம் செய்யுங்கள். அது நன்கு தவறில்லாமல் வந்ததும் மூன்றாவது வரியையும் சேர்த்துச் சிலமுறை சொல்லிப் பாருங்கள். இப்படியே ஒவ்வொன்றாகச் சேர்த்துக் கொண்டே வந்தால் 10 வரிகளையும் ஒவ்வொன்றாகச் சேர்த்துக் கொண்டே வந்தால் சோர்வில்லாமல், சிரமப்படாமல், மலைப்பில்லா மல் எளிதில் சொல்லிவிட முடியும்.

அடுத்து வருவது கருச் சொற்கள் (Key word) உத்தி.

ஏறக் குறைய ஒரு பக்கம் அளவுக்கு இருக்கிற ஒரு பெரிய பத்தியைப் படிக்கிறீர்கள் என்று வைத்துக் கொள்ளுவோம். தேர்வில் அது தொடர்பாகக் கேள்விகள் வரும் போது எந்த ஒரு பாயின்டையும் விட்டு விடாமல் திரும்ப எழுத வேண்டும் என நினைக்கிறீர்கள். ஆனால்

தேர்வில் அதற்கான விடையை எழுதி விட்டு வெளியே வரும் போது, "அடடா! இந்தப் பாயின்ட் அருமையானதாச்சே! எழுதாம விட்டு விட்டோமே" என்று பல சமயங்களில் வருத்தப் பட்டிருப்பீர்கள் இல்லையா? இதை எப்படிச் சமாளிப்பது என்று பார்ப்போம்.

நீங்கள் படித்து எழுத வேண்டிய அந்தப் பத்தியை அமைதியாக முழுமையாகக் கூர்ந்து மனதுக்குப் பிடித்தமான ஒரு நாவலை அல்லது கதையை வாசிக்கும் ஆர்வத்துடன் ஒரு முறை வாசியுங்கள். மனப் பாடம் செய்யக் கூடாது. நன்றாக வாசித்தால் போதும். பிறகு கண்களை மூடிக் கொண்டு படித்ததை மனதில் அப்படியே ஓட விடுங்கள்.

அதன் பிறகு நீங்கள் செய்யப் போவதுதான் மிகவும் முக்கியம். ஒவ்வொரு வாக்கியத்திலும் உள்ள மிக முக்கியமான கருப் பொருளான - அதாவது - அந்த வார்த்தையைச் சொன்னால் போதும் - உங்களுக்கு அந்த வாக்கியம் என்ன சொல்லுகிறது என்பதைத் தெரிவிக்கும் - வார்த்தையைக் கண்டு பிடியுங்கள். சிலசமயம் ஒரே வார்த்தை அடுத்தடுத்த இரண்டு வாக்கியங்களையும் உங்களுக்கு நினைவுக்குக் கொண்டு வரும். இப்போது இருபது வாக்கியங்கள் ஏறக்குறைய இருபது வார்த்தைகளாகச் சுருங்கி விட்டது. இருபது வாக்கியங்களை நினைவில் வைப்பது சுலபமா அல்லது இருபது வார்த்தைகளா? நிச்சயமாக இருபது வார்த்தைகள்தானே? அந்த இருபது வார்த்தைகளையும் அந்தப் பாடம் இருக்கும் பக்கத்திலேயே குறித்துக் கொள்ளுங்கள். இவைதான் கருச் சொற்கள். பிறகு ஒவ்வொரு கருச் சொல்லையும் பார்த்து அந்தப் பத்தியில் அது என்ன சொல்கிறது என்பதையும் பொறுமையாகப் பொருத்திப் பாருங்கள். இப்போதும் மனப்பாடம் தேவையில்லை.

அடுத்த படியாக அந்த இருபது சொற்களையும் அது சம்மந்தமான பாடத்தையும் இணைக்கும் பல்வேறு விதமான நிமோனிக்ஸ் உத்தி களையும் பயன்படுத்தி ஒரு கற்பனைச் சரடு உருவாக்குங்கள். நீங்கள் படித்த அந்தப் பாடம் தொடர்பான கேள்வி வந்தவுடன் உங்கள் கற்பனைச் சரடு இருபது வார்த்தைகளையும் அடுத்த நொடி நினைவுக்குக் கொண்டு வரும். பிறகென்ன? ஒவ்வொரு வார்த்தையையும் மனதில் படித்துக் கொண்டே விடைத் தாளில் அந்த வார்த்தை விவரிக்கும் வாக்கியத்தை எழுதுங்கள். ஜமாயுங்கள்!

◻ ◻ ◻

மெமரி பூஸ்டர்

(24)

Memory slips, letters remain

– வேல்ஸ் பழமொழி

மாதப்பன் என்ற ஒரு நண்பர் நேர்முகத் தேர்வுக்குப் போயிருந்திருக்கிறார். கேள்வி கேட்பவர் எல்லோரிடமும் ஒரு கேள்வி கேட்டார். சென்னையில் பீச் முதல் தாம்பரம் வரை உள்ள மின்சார ரயில் ஸ்டேஷன்களை வரிசையாகச் சொல்ல வேண்டும் என்பதுதான் அது. முதல் இரண்டு பேரிடமும் இந்தக் கேள்வி கேட்கப்பட்டதை அவர்கள் வெளியில் வந்து சொல்லியிருக்கிறார்கள். மீதம் இருந்தவர்கள் பரபரப்பாக எழுதி மனப்பாடம் செய்தும் கூட இன்டர்வ்யூவில் தப்பும் தவறுமாய் உளறிக் கொட்டியிருக்கிறார்கள். மாதப்பன் அந்த ஸ்டேஷன்களை வைத்து ஒரு ஃபார்முலா உருவாக்கினார்.

”பீச்ஃபோர் பார்க்எக்கு சேத்துநுங்கு கோமா சைக்கி பரம்பழம் மீன்திரி பல்கு சாதா” என்பதுதான் அது.

மாதப்பனைக் கேட்டபோது மனதில் மேற்படி ஃபார்முலாவை ஓட விட்டபடியே, ”பீச், ஃபோர்ட், பார்க், எக்மோர், சேத்துப்பட்டு, நுங்கம்பாக்கம், கோடம்பாக்கம், மாம்பலம், சைதாப்பேட்டை, கிண்டி,

பரங்கிமலை, பழவந்தாங்கல், மீனம்பாக்கம், திரிசூலம், பல்லாவரம், குரோம்பேட்டை, சானிடோரியம், தாம்பரம் என வரிசையாகச் சொல்லி அசத்தியிருக்கிறார். இதைத்தான் ஃபார்முலா உத்தி என்பார்கள்.

மேடையில் பேசும்போது சிலர் பத்துப் பதினைந்து நிமிடம் அசராமல் பேசுவதைப் பார்த்திருப்போம். சிவாஜி கணேசனின் ஆரம்ப காலப் படங்களில் பக்கம் பக்கமான வசனங்களை அனாயசியமாக அவர் பேசுவதைப் பார்த்திருக்கலாம். பலமுறை சொல்லிச் சொல்லிப் பயிற்சி செய்த பிறகே இந்தத் திறமை பலருக்கும் வரும். இது போன்ற நீண்ட வசனங்களைப் பேசும் போதும் நீண்ட சொற்பொழிவுகளை ஆற்றும் போதும் ஒவ்வொரு வாக்கியத்தின் இறுதிக்கும் அடுத்த வாக்கியத்தின் முதல் பகுதிக்கும் நிமோனிக்சின் அடிப்படையில் ஏதேனும் இணைப்பைக் கொடுக்கும் வித்தை கை வரப் பெற்றால் எளிதில் பல நிமிடங்கள் தொடர்ந்து பேசும் ஆற்றல் கைகூடும்.

ஒவ்வொரு வாக்கியத்தின் முடிவிலும் மிகச் சிறிய இடைவெளி விட்டு அடுத்த வாக்கியத்துக்கான க்ளூவை மனதுக்குக் கொண்டு வந்து பேசுவது இன்னொரு முறை. குமரி அனந்தன், தமிழருவி மணியன் போன்றவர்களின் பேச்சை கேட்டுப் பாருங்கள். தங்கு தடையில்லாமல் பேசுவார்கள்.

கான்ஸப்ட் மேப் உத்தி என்றால் என்னவென்று பார்ப்போமா?

ஒரு படத்தையோ, வார்த்தையையோ அல்லது பாயிண்டையோ ஒரு தாளில் வட்டத்துக்குள்ளாகவோ சதுரத்துக்குள்ளாகவோ எழுதி இன்னொரு பாயின்டுடன் இணைக்கும் மேப் போல வரைந்து, அம்புக் குறிகள் மூலம் தொடர்பு படுத்தி இணைப்பதைக் கான்ஸப்ட் மேப் உத்தி என்பார்கள். இவற்றை இணைக்கும் அந்த அம்புக் குறிகளுக்கு மேல் “இதன் முடிவில்” என்றோ ”இதன் விளைவு” என்றோ “இது தேவை” என்றோ குறித்து வைக்கலாம். நிமோனிகஸ் உத்திகளை ஓரளவு பயின்ற பிறகு அதற்கும் அடுத்த கட்டமாகப் பயன்படுத்தப்படும் உத்தி இது.

இயற்பியலில் மின் சாதனங்களின் இயக்கத்தை விளக்க சர்க்யூட் வரைபடம் போடுவோமில்லையா அதைப் போன்றதுதான் கான்ஸப்ட் மேப்பிங் என்பது. தர்க்க ரீதியாக யோசிப்பதற்கு இந்த உத்தி பெரிதும் பயன்படும். ஜோசப் நோவாக் என்பவரால் வடிவமைக்கப்பட்ட உத்தி இது.

வரிசைக் கிரமமம் அல்லது தொகைப்படுத்தும் உத்தி என்பது சுவாரசியமானது.

படிக்கும் பாயிண்டுகளுக்குள் ஏதேனும் ஒற்றுமையை வலியப் புகுத்துங்கள். உதாரணத்துக்கு ஒரு குறிப்பிட்ட எழுத்தில் துவங்கும் பாயிண்டுகளை அடுத்தடுத்துக் கோர்வையாக்கிப் படிக்கலாம். அல்லது ஒரே விதமான ஒலி தரும் பாயிண்டுகளை ஒன்றாக்கிப் படிக்கலாம்.

அடுத்தது லோசி (LOCI) என்னும் உத்தி.

இதைக் கையாளுவதற்கு முன்னர் நீங்கள் வழக்கமாக நடந்து செல்லும் ஒரு பாதையைத் தேர்ந்தெடுத்துக் கொள்ளுங்கள். அது உங்கள் வீட்டிலிருந்தோ பள்ளி விடுதியில் இருந்தோ பள்ளிக்குச் செல்லும் பாதையாகவோ அல்லது மைதானத்துக்கும் வீட்டுக்கும் இடையிலிருக்கும் பாதையாகவோ அல்லது வேறெதாவது பாதை யாகவோ இருக்கட்டும். இதில் கவனிக்க வேண்டிய முக்கியமான விஷயம் அந்தப் பாதை உங்களுக்கும் மிகவும் அறிமுகம் ஆனதாகவும் பாதையில் உள்ள மரங்கள், கட்டிடங்கள், பாலங்கள், கைப்பிடிச் சுவர் கள், கடைகள், ஓர்க் ஷாப்புகள் போன்றவை எங்கெங்கு இருக்கின்றன என்று உங்களுக்கு நன்கு தெரிந்தவையாகவும் இருக்கட்டும். உதாரண மாக உங்கள் வீட்டிலிருந்து நீங்கள் புறப்பட்டவுடன் முதலில் தென் படும் முக்கியமான அடையாளம் எப்போதும் குரைத்துக் கொண்டிருக் கும் நாய்கள் உள்ள வீடு என்று வைத்துக் கொள்ளுவோம். அடுத்து வருவது அண்ணாச்சி கடை. அதற்கும் அடுத்தது அலட்டல் அபிதா வீடு, அத்ற்கும் அடுத்தது சர்க்கரை விநாயகர் கோவில், டாக்டர் சேகர் க்ளினிக் இப்படி மனதில் இருத்திக் கொள்ளுங்கள். நீங்கள் நினைவில் இருத்த வேண்டிய பாயிண்டுகளுக்கு ஏற்ப இந்த லேண்ட் மார்க் லிஸ்டை அமைத்துக் கொள்ளுங்கள்.

தேர்வில் அந்தப் பாயின்டுகளை எழுத நேரிடும்போது ஒவ்வொரு லேண்ட் மார்க்கையும் நினைக்கும் எளிதான காரியத்தைச் செய்யுங்கள். அபோது அவற்றுடன் ஏற்கனவே நீங்கள் தொடர்பு படுத்தி வைத்திருக் கும் பாடம் சம்பந்தமான பாயின்டுகள் அப்படியே ஞாபகத்துக்கு வருவதைப் பார்த்து நீங்களே ஆச்சரியப்படுவீர்கள்!

❐ ❐ ❐

மெமரி பூஸ்டர்

(25)

Sweet is the memory of past labor

– கிரேக்கப் பழமொழி

லா மார்க் என்ற அறிஞர் ஒரு கோட்பாட்டை முன்வைத்தார். கூாந டுயற டிக ருளந யனே னுளைரளந என்று அதைச் சொல்லுவார்கள். உடலின் எதாவது ஓர் உறுப்பு தொடர்ந்து பயன்பட்டுக் கொண்டே இருக்குமானல் அது வளர்ச்சி அடையும் எனவும் பயன் படுத்தாத உறுப்பு வளர்ச்சி குன்றிவிடும் என்பதே அது. மில்லியன் கணக்கான ஆண்டுகளுக்கு முன்னர் ஒட்டகச் சிவிங்கிகளுக்குக் குதிரையின் அளவே கழுத்தின் நீளம் இருந்திருக்கலாம் எனவும் அவை வழ்ந்த சூழலில் மிக உயரமான மரங்களில் இருந்து இலைகளைப் பறித்துச் சாப்பிட வேண்டிய காரணத்தால் கழுத்தை எம்பி எம்பி, பல கோடி ஆண்டுகளில் அந்த ஜீன்கள் அவைகளின் சந்ததிகளுக்குப் பரிமாறப்பட்டு தற்போ துள்ள நீளமான கழுத்தை ஒட்டகச் சிவிங்கிகள் பெற்றிருக்கலாம் என்கிறார் லா மார்க்ஸ்.

இதைப் போலவே ஜப்பானில் உள்ள குகைகளில் ஓடும் நீரோட்டங் களில் வாழும் மீன்கள் பலகோடி ஆண்டுகளாக சூரிய ஒளியையே

பாராமல் பரம்பரை பரம்பரையாகக் கண்களைப் பயன்படுத்தாத காரணத்தால் பார்வையற்றவனவாகவே மாறியுள்ளன என்றும் ஆதாரம் காட்டுவார் லா மார்க்ஸ்.

மூளையும் ஒரு தசையைப் போன்றதுதான். பயன்படுத்தினால் நல்ல பலன்களைக் கொடுக்கும். உதாசீனப்படுத்தினால் பயனளிப்பது பெரிதும் குறையும். அதே போல நிமோனிக்ஸ் உத்திகளையும் தொடர்ந்து பயன்படுத்தினால் மட்டுமே பயனளிக்கும்.

“முயலாமல் இருந்து முயலும் உத்தி” என்பதைப் பற்றிப் பார்ப்போமா? சில சமயம் படித்து விட்டு அதை மனதுக்குள்ளே நினைத்துப் பார்க்கச் சொன்னோமில்லையா? என்னதான் முயன்றாலும் சில சமயம் அது நினைவுகு வர மறுத்துவிடும். அடிக்கடி மன இறுக்கத்துக்கு ஆளாகும் மாணவர்களுக்கு ஏற்படும் பிரச்சினை இது.

அப்போது அதைப் பற்றி நினைப்பதை முற்றிலுமகத் தவிர்த்து விட்டு மனதுக்குப் பிடித்த விஷயத்தைச் சிந்திக்க ஆரம்பித்து விடுங்கள். உதாரணமாகக் காவலன் படத்தில் விஜயின் சண்டைக் காட்சியையோ அல்லது கையேந்தி பவனில் சாப்பிட்ட நூடுல்ஸையோ நினைத்துக் கொண்டு ஜாலியாக மனதுக்குப் பிடித்த பாட்டை முணுமுணுத்துக் கொண்டு இருங்கள். ஆச்சரியம் தரும் விதத்தில் மறந்துபோன அந்தச் செய்தி உங்களது நினைவுக்குத் தானாக வருவதைப் பார்க்கலாம். நீங்கள் அதை மன அடுக்குகளில் தேடுவதை நிறுத்திக் கொண்டாலும் உங்களுக்குத் தெரியாமலே உங்கள் மூளை தனது ந்யூரான்களை உசுப்பி விட்டு அந்தத் தகவலை உங்களின் நினைவுக்குக் கொண்டு வரும்.

சில சமயம் ஒரு கட்டுரையின் ஆரம்பமும் முடிவும் எளிதில் நினைவுக்கு வருவதையும் இடையில் உள்ள செய்திகள் மறந்து போவதையும் கவனித்திருப்பீர்கள். இக்குறைபாட்டை serial position effect என்று ஆராய்ச்சியாளர்கள் குறிப்பிடுவார்கள். நினைவுக்கு வர மறுக்கும் அந்தச் சிரமான பகுதி எது எனக் கண்டறிந்து அந்தப் பகுதிக்கு அதிக முக்கியத்துவமும் கூடுதல் கவனமும் தந்து அதிகப் படியான தடவைகள் அதை மட்டும் படியுங்கள். எளிதில் நினைவுக்கு வரும் ஆரம்ப மற்றும் இறுதிப் பகுதிகளுக்கு ஒதுக்கும் நேரத்தை விட அதிக நேரத்தை நடுப் பகுதிக்கு அளியுங்கள். இப்போது மறதிப் பிரச்சினை தீர்ந்து விடும்.

சரி நினைவாற்றலைக் கூர்மைப்படுத்தும் சில சின்னச் சின்னச் சங்கதிகளைப் பார்ப்போமா?

கலிஃபோர்னியா பல்கலைக் கழகத்தில் நடைபெற்ற ஓர் ஆய்வின்படி பியானோ போன்ற இசைக் கருவிகள் இசைப்பதிலும் கோரஸ் பாட்டு இசைப்பதிலும் பழக்கம் உள்ள மாணவர்கள் அப்பழக்கம் இல்லாதவர் களை விட 80% அதிகமாக மதிப்பெண்கள் பெற்றது தெரிய வந்தது.

உடனடியாக உடற்பயிற்சி செய்ய முடியவில்லையா? வீட்டின் மாடிப் படிக்கட்டுகளில் ஓரிரு முறை ஏறி இறங்குங்கள்.

சரியாகப் புரிந்ததை மட்டும் அல்ல. சரியாகப் புரியாதததையும் உங்கள் நண்பனிடம் விளக்க முயலுங்கள். அப்படி விளக்க முயற்சிக்கும் போதே உங்களுக்கு மேன் மேலும் அப்பாடத்தில் தெளிவு ஏற்படுவதை உணரலாம்.

ஒரு பொருளை எடுத்துக் கொண்டு அதற்கு என்னவெல்லாம் புதிய பயன்கள் இருக்கும் என யோசியுங்கள். உதாரணமாக உங்கள் மொபைல் ஃபோனில் நீங்கள் பயன்படுத்தாத பல செயல்பாடுகள் இருக்கும். அதே போல உங்கள் கணிப்பொறியின் வேர்டு டாக்குமெண்ட்டைத் திறந்து அதில் நீங்கள் இன்னும் ஒரு தடவை கூடப் பயன் படுத்தியிருக்காத செயல்பாடுகளைப் பயன்படுத்திப் பாருங்கள்.

ஒரு பால் பாயின்ட் பேனாவை எடுத்துக் கொண்டு எழுதுவதற்கும் அடுத்தபடியாக என்னென்னவெல்லாம் அதன் மூலம் செய்யலாம் எனப் பட்டியலிடுங்கள் பார்க்கலாம்.

கண்களும் கைகளும் இணைந்து விளையாடும் எந்த விளை யாட்டுமே ந்யூரான்களுக்கிடையில் புது இணைப்புக்களை ஏற்படுத்த வும், மூளை செல்கள் வளர்ச்சி அடைவதற்கும் காரணமாக அமை கின்றன. அம்மாதிரி விளையாட்டுக்களில் ஆர்வம் காண்பியுங்கள்.

புதிர்கள், குறுக்கெழுத்துப் போட்டிகள், வார்த்தை விளையாட்டுக் கள் போன்றவற்றில் ஈடுபடுங்கள். இவை மூளைக்கான பயிற்சிகள் என்பதை மறவாதீர்கள். இவை பல கோணங்களிலும் சிந்திக்கும் ஆற்றலையும் பழைய நினைவுகளை மேலெழும்பச் செய்வதிலும் உறுதுணையாக இருக்கும். சுடோகு என்னும் எண் விளையாட்டு நமது லாஜிக் மற்றும் ரீசனிங் திறன்களை வளர்க்கும்.

புதிய மொழி ஒன்றைக் கற்கும்போது மூளையின் நினைவாற்றல் பகுதிகள் சிறப்பாகச் செயல்படுகின்றன.

ஓவியம் வரையுங்கள். இதற்கு நீங்கள் மிகப் பெரிய ஓவியராக இருக்க வேண்டும் என்கிற அவசியம் எல்லாம் தேவை இல்லை. உங்கள் பாடம் சம்மந்தமான கேள்விகளுக்கு ஓவியம் மூலம் பதில் அளித்துப் பாருங்கள். உயிரியல் பாடங்களுக்கு இம்முறை மிகவும் கைகொடுக்கும். மூளையின் வலது பக்கம் இதன் மூலம் நன்கு தூண்டடப்படும். உங்கள் படிப்பாற்ற லோடு படைப்பாற்றலும் சேர்ந்து வளரும்.

கொஞ்சம் கூடத் தொடர்பில்லாத் இரண்டு பொருட்களை அல்லது பிராணிகளை மனதில் இருத்தி அவற்றுக்கிடையே ஏதேனும் ஒற்றுமை கள் இருக்கின்றனவா என்று யோசியுங்கள். உதாரணமாக ஒரு கரப்பான் பூச்சிக்கும் தொலைக்காட்சிப் பெட்டிக்கும் என்னென்ன ஒற்றுமைகள் இருக்கின்றன எனக் கொஞ்ச நேரம் யோசனை செய்து பாருங்கள்.

’இரண்டுக்கும் ஆன்டென்னா உண்டு. இரண்டிலும் கருப்பு வெள்ளை மற்றும் கலர் உண்டு. இந்த இரண்டுமே இலவசமாக் கிடைக் கிறது. இரண்டாலும் நிரம்பத் தொந்தரவு உண்டு. இரண்டும் இல்லாத வீடே இல்லை.’ இப்படி..... மூளை தொடர்ந்து இயங்கிக்கொண்டே இருக்குமாறு பார்த்துக் கொள்ளுங்கள்.

மேலும் நினைவாற்றலைப் பெருக்கும் சின்னச் சின்னச் சங்கதிகளை அடுத்த வாரம் பார்ப்போம்.

❒ ❒ ❒

மெமரி பூஸ்டர்

(26)

"Nothing fixes a thing so intensely in the memory as the wish to forget it."

- Michel de Montaigne

ஒரு பெனிசிலை எவ்வளவு உயரம் முடியுமோ அவ்வளவு உயரத்தில் தூக்கிப் போட்டு அதைக் கேட்ச் பிடியுங்கள். மூளையின் காட்சிகளைப் பதிய வைக்கும் ஆற்றல், கண் மற்றும் கை ஆகியவற்றுக்கு இடையே யான தொடர்பு மேம்பாடு போன்றவற்றை அதிகரிக்க ஓர் எளிய உத்தி இது.

கோக்கோ கலந்த கரு நிறமுள்ள சாக்லெட்டுக்களை உண்ணுங்கள். இவை டோபாமைன் என்னும் இரசாயனப் பொருளை உற்பத்தி செய்யும். கற்றல் மற்றும் நினைவில் இருத்தல் ஆகியனவற்றை இது மேம் படுத்தும். மேலும் கூர்மையாக மூளையைச் செயல்பட வைக்கும்.

வலது கைப் பழக்கம் உள்ளவர்கள் என்றால் இடது கையாலும் இடது கைப் பழக்கம் உள்ளவர்கள் என்றால் வலது கையாலும் வேலை களைச் செய்து பழகுங்கள். மூளையில் உள்ள மில்லியன் கணக்கில்

உள்ள ந்யூரான்கள் இதனால் தூண்டப்படும். இதுவும் மூளைக்குத் தரும் நல்ல பயிற்சி ஆகும். மாற்றுக் கரத்தால் ஒரு வேலையைச் செய்யும்போது உங்கள் முழுக் கவனத்தையும் அது ஈர்ப்பதைக் காணலாம்.

நல்ல ஒரு கருப் பொருளை எடுத்துக்கொண்டு ஆரோக்கியமான விவாதங்களில் ஈடுபடுங்கள். இது வாதத்துக்கான கருத்துக்களை மூளை அலசவும் எதிராளியின் வாதங்களுக்குத் தகுந்த பதிலைத் தருவதற்கும் வார்த்தைகளைத் தேர்ந்தெடுக்கவும் நல்ல பயிற்சியாகும். 'வெக்கபுலரி' என்னும் சொல்வன்மைக்கும் இது உறுதுணையாகும். மேடைகளில் கோர்வையாகப் பிழையின்றிப் பேசவும் இது கை கொடுக்கும்.

ப்ரெயின் ஸ்டார்ம் என்று சொல்லப்படும் புதுப் புது விஷயங்களை - ஐடியாக்களை யோசியுங்கள். அடிக்கடி நமது சினிமா டைரக்டர்கள் "மாத்தி யோசி" என்பார்களே அது இதுதான். ஒரு விடையை நீங்கள் எழுதும்போது முக்கியமான சொற்களை அடிக்கோடு இடுவது, அடித்தல் திருத்தல் இல்லாம் எழுதுவது போன்றவற்றையும் பழகிக் கொள்ளுங்கள்.

ஒரே சூழலில் படிப்பதை மாற்றுங்கள். ஒரு நாள் உங்கள் வீட்டின் ஓர் அறையில் படித்தால் அடுத்த நாள் வேறோர் அறையில் அமர்ந்து படியுங்கள். வீட்டின் மொட்டை மாடி, வராந்தா, அருகாமையில் இருக்கும் மைதானம், ஏன் அதிக நடமாட்டமில்லாத சாலை, பூங்கா என்று படிக்கும் இடத்தை மாற்றிக் கொண்டே இருங்கள்.

பத்திரிக்கைகளுக்கு எழுதுங்கள். பிரசுரம் ஆவதைப் பற்றிக் கவலைப் படாமல் உங்களுக்குப் பிடித்த செய்திகள் தொடர்பாக கதை, கட்டுரை, கவிதை என்று ஏதாவது ஒன்றை எழுதுங்கள். இது உங்களின் கிரியேட்டிவிடி என்னும் படைப்பாற்றலை மிக அதிகப்படுத்தும். மனதின் எண்ணங்களை எழுத்து வடிவில் கொண்டு வர அற்புதமான உத்தி இது. தேர்வின் போது மனதில் உள்ளனவற்றை வார்த்தைகளாக மாற்ற இது உதவும்.

ஓர் அருங்காட்சியகத்துக்கோ அல்லது பழமை வாய்ந்த நினைவுச் சின்னங்களுக்கோ அவ்வப்போது செல்லுங்கள். அங்கேயுள்ள பொருட் களை அல்லது ஓவியங்களை அல்லது சிலைகளைப் பற்றித் தெரிந்து கொண்டு வெளியில் வந்து அன்று தெரிந்து கொண்டனவற்றை ஒரு

நோட்டில் எழுதிப் பாருங்கள். விஷயங்களைத் தெரிந்து கொண்ட மாதிரியும் இருக்கும். நினைவாற்றலை வளர்த்த மாதிரியும் இருக்கும். மூளையின் முக்கியச் செயல்பாடுகளான அறிந்து கொள்ளுதல், நினைவு கூர்தல் மற்றும் சிந்தனை செய்தல் ஆகிய மூன்று பண்புகளையும் வளர்க்கும் உத்தி இது. மறந்து போகும் தன்மையை இது குறைக்கவும் செய்யும்.

பாடப் புத்தகங்களேயன்றி இதர புத்தகங்களைப் படிக்கவும் கொஞ்சம் நேரம் ஒதுக்குங்கள். நூலகம் செல்வது ஓர் அருமையான வழக்கம். உங்கள் விருப்பத்திற்கேற்ப விஞ்ஞானம், சரித்திரம், புவியியல் கற்பனைக் கதைகள் என்று எதை வேண்டுமானாலும் படியுங்கள். இதற்கென வாரத்தில் ஒருநாள் சில மணி நேரங்களை - உங்கள் படிப்புக்குப் பாதிப்பில்லாதவாறு - செலவு செய்யுங்கள். குறுகிய காலத்தில் ஏராளமான செய்திகளை நினைவில் நிறுத்தும் ஆற்றலைப் புத்தகங்களைப் படிக்கும் வழக்கம் உங்களுக்கு வழங்கும். மேலும் சிந்தனா சக்தியை வளர்க்கவும், மொழியில் சிறந்த புலமையை ஏற்படுத்தவும் உதவும். படிப்பை முடித்து விட்டு ஐஏஎஸ், ஐபிஎஸ் போன்ற சிவில் தேர்வுகள் எழுத ஓர் அடித்தளத்தை நூலகம் சென்று படிக்கும் வழக்கம் ஏற்படுத்திக் கொடுக்கும்.

மூளைக்கு வேலை தரும் செஸ் போன்ற விலையாட்டுக்களை விளையாடுங்கள். இது சிந்திக்கும் வேகத்தை அதிகரிக்கும் கணிதத்தில் விடைகளை எளிதில் கண்டுபிடிக்கவும் உதவும்.

மற்றவர்கள் குரலையும் அவர்களின் மேனரிசங்களையும் மிமிக்ரி செய்யுங்கள். இதுவரை அதிகம் செயல்படாத மூளையின் பகுதிகள் நீங்கள் மிமிக்ரி செய்யும்போது செயல்படும். புதிய சூழ்நிலைகளை எதிர்கொள்ளுவதற்கு இது உதவும். பிறர் மனம் கோணாமல் இதைக் கடைப்பிடிக்க வேண்டும் என்பது முக்கியமானது.

வல்லாரை என்னும் செடியின் இலைகளுக்கு நினைவாற்றலை அதிகரிக்கும் ஆற்றல் உண்டு. இது மூளைக்கு ரத்த ஓட்டத்தை அதிகரிக்கக் கூடியது. உங்கள் வீட்டுப் புழக் கடையிலோ அல்லது பெரிய தொட்டிகளிலோ நீங்களே வளர்க்கலாம். இலைகளை நன்கு கழுவித் துவையல் போலச் செய்து சாப்பிடலாம்.

உங்கள் நண்பனின் வீட்டுக்குப் போக ஒரே வழியைப் பயன்படுத்தாதீர்கள். வேறு பாதை இருந்தால் அது கொஞ்சம் சுற்று வழி என்றாலும் அதைப் பயன்படுத்திப் பாருங்கள். இரண்டு பாதைகளையும் ஒப்பிட்டுப் பாருங்கள். தெருவில் உள்ள மரங்கள், நடமாடும் மனிதர்களின் எண்ணிக்கை, நாய், பூனை போன்றவை என்று ஒவ்வொரு நுணுக்கமான விஷயத்தையும் மனதில் பதிய வைத்துப் பாருங்கள். இது பாடங்களில் உள்ள சிறு செய்திகளையும் நினைவில் நிறுத்தவும் மீண்டும் அவற்றை வெளிக் கொண்டு வரவும் உதவும்.

தொலைக்காட்சியின் ஒலியை மிக மெல்லமாக வைத்து கூர்ந்து கவனித்து உரையாடல்களையும் காட்சிகளையும் உள்வாங்குங்கள். வெறிகரமாக இதைச் செய்துவிட்டால் ஒலியை இன்னும் குறையுங்கள். இதன் மூலம் மூளையின் கேட்கும் திறன் செயல்படும் பகுதி தூண்டப் படும்.

யாருக்காகவாவது கத்திருக்கும் வேளைகளில் பாக்கெட்டில் இருக்கும் பல நாணயங்களையும் கண்களை மூடிக் கைகளால் மட்டுமே தொட்டுணர்ந்து அவை என்ன நாணயங்கள் என்று கண்டு பிடிக்க முயலுங்கள். அடுத்த கட்டமாக பலவிதமான ரூபாய் நோட்டுக்களையும் அவ்விதம் இனம் காண முடியுமாவெனப் பாருங்கள்.

நாணயம் மற்றும் ரூபாய் நோட்டுக்களைக் கையால் தடவி அவற்றின் மொத்த மதிப்பு எவ்வளவு என்று கணக்குப் போடுங்கள் பார்க்கலாம்!

❒ ❒ ❒

மெமரி பூஸ்டர்

(27)

"May you never forget what is worth remembering, nor ever remember what is best forgotten"

- Irish Blessings

வயிற்றைப் பற்றி ஔவையார் ஒரு பாடல் பாடியிருக்கிறார்.

ஒரு நாள் உணவை ஒழி என்றால் ஒழியாய்
இரு நாளைக்கேலென்றால் ஏலாய்

அதாவது வயிற்றைப் பார்த்து, 'ஒரு நாளுக்குச் சாப்பிடாமலிரு' என்றாலும் கேட்க மாட்டேன் என்கிறாய். இரண்டு நாள் உணவை ஒன்றாகச் சாப்பிடு என்று சொன்னாலும் கேட்க மாட்டேன் என்கிறாய்' என்று அர்த்தம். நம் மூளையில் செய்திகளை அளிப்பதற்கும் இது பொருந்தும். தினசரி படிக்காமல் தேர்வின் போது மாங்கு மாங்கென்று படித்தால் மூளை பாவம் அல்லவா? நினைவில் இருத்தத் திண்டாடும் அல்லவா?

பிஜோர்க் என்ற அறிஞரின் ஆய்வின் படி அன்றாடம் படிக்கும் மாணவர்களின் நினைவாற்றல், தேர்வின் போது மூட்டை கட்டிக் கொண்டு படிப்பவர்களைவிட அதிகம் உள்ளது என நிரூபித்திருக் கிறார்.

நல்ல கருத்துள்ள ஒரு பாடலை மனப்பாடம் செய்யுங்கள். இது உங்கள் பாடப் பகுதியிலேயே இருந்தாலும் நல்லதுதான். எதுகை மோனைகள் எங்கு வருகின்றன என உணர்ந்து அவற்றை நிமோனிக்ஸ் உத்தியுடன் இணைத் மனப்பாடம் செய்யுங்கள். அவற்றைத் திரும்ப நினைவுக்குக் கொண்டு வரும்போது மனம் ஒருமுகப்படுத்தப் படுகிறது. மூளையின் ந்யூரோ ட்ரான்ஸ்மிட்டர்களில் இருந்து அஸிட்டைல் கோலைன் என்னும் வேதிப் பொருள் உற்பத்தியாகிறது. இது நினை வாற்றலைச் சீராக்கி உயிர்த் துடிப்புடன் வைத்திருக்கிறது.

சின்னச் சின்ன கார்ட்போர்ட் துண்டுகளை இணைத்து உருவங்கள் செய்யும் "ஸிக் ஸா" விளையாட்டை ஜாலியாக விளையாடுங்கள். நுணுக்கமாகக் காட்சிகளை மனதுக்குக் கொண்டு வரும் ஆற்றலை ஸிக் ஸா தருகிறது. மனதுக்குள்ளாகவே ஒரு சிறு துண்டு அட்டையை பல விதங்களிலும் சுழற்றவும், அதைக் கொண்டு கைகளை இயக்கிப் பெரிய உருவம் ஒன்றை அமைக்கவும் இது உதவுகிறது.

தினசரி ஒரு புது வார்த்தையைக் கற்றுக் கொள்ளுங்கள். அனைத்து மத்திய அரசு அலுவலகங்களிலும் முன் பகுதியிலேயே தினசரி ஒரு புதிய ஹிந்தி வார்த்தையை எழுதி வைத்து அதற்கான அர்த்தத்தையும் எழுதி வைத்திருப்பதைப் பார்த்திருப்பீர்கள். அதையோ அல்லது ஆங்கில நாளிதழ்களில் அன்று புதிதாக உங்களுக்கு அறிமுகமாகிற ஒரு வார்த்தையையோ அர்த்தத்தோடு குறித்துக் கொள்ளுங்கள். நீங்கள் படித்த பாடத்தில் அந்த வார்த்தையைப் பயன்படுத்திப் பாருங்கள். வெக்காபுலரி எனப்படும் சொல் ஆளுமையை இது வளர்ப்பதோடு புத்தி கூர்மைக்கும் இது உதவும்.

அவ்வப்போது வீடியோ கேம்களை விளையாடலாம். தப்பில்லை. ந்யூயார்க்கில் உள்ள ரோசெஸ்டர் பல்கலைக் கழகத்தில் மேற்கொண்ட ஓர் ஆய்வின்படி வீடியோ கேம் விளையாடும் சிறுவர்கள், அந்த விளை யாட்டுக்களை விளையாடாத சிறுவர்களை விட 85% கூடுதல் வேகத் துடன் முடிவுகளை எடுக்கும் திறன் வாய்ந்தவர்களாக இருக்கின்றனர் என்பது தெரிய வருகிறது. வீடியோ கேமிலேயே மூழ்கிவிடக் கூடாது என்பதும் கவனிக்க வேண்டிய ஒன்று.

கெண்டகி பல்கலைக் கழகத்தில் நடந்த ஓர் ஆய்வின்படி மதியத் துக்கு மேல் 30 நிமிடம் தியானம் செய்த மாணவர்கள் அந்த 30

நிமிடத்தைத் தூக்கத்தில் செலவு செய்தவர்களை விட அதிக மதிப்பெண் எடுத்ததைக் கண்டறிந்திருக்கிறார்கள்.

கேரம், பில்லியர்ட் போன்ற விளையாட்டுக்களை விளையாடுபவர்கள் அடுத்ததாகத் தாங்கள் ஆடப்போவது குறித்து நன்றாக யோசிப்பது வழக்கம். முறையான திட்டமிடலுடன் மனது தெளிவடைய உதவும். எனவே இவ்விளையாட்டுக்களைப் படிப்புக்கு இடையூறில்லாமல் விளையாடுவது நலம்.

கொழுப்புச் சத்துக் குறைவான உலர்ந்த பழங்களை உண்ணுங்கள். தினசரி 200 கிராம் அளவுக்கு உலர் பேரீச்சை போன்ற பழங்களைச் சாப்பிடுவதால் தேர்வில் மாணவர்கள் அதிக மதிப்பெண் பெற்றிருக்கிறார்கள் என ப்ரிடிஷ் ந்யூட்ரிஷன் ஃபவுண்டேஷன் கூறுகிறது.

நாட்குறிப்புஎழுதும் பழக்கம் உங்கள் புலன்களை ஒருமுகப்படுத்த உதவுகிறது.

தகவல் தொடர்பு கொள்ளுவதில் தெளிவாக இருங்கள். அது உங்களுக்குப் பெரிதும் உதவும். மிச்ஸிகன் பலகலைக் கழகத்தைச் சேர்ந்த உளவியலாளரான ஆஸ்கார் பர்ரா என்பவர் ஆரோக்கியமான உரையாடலானது நினைவாற்றலை மேம்படுத்தும் என்கிறார். தோழர் தோழிகளுடன் அன்றைய நாட்டு நடப்பு, இலக்கியம், மீடியா என நல்ல உரையாடல்கள் நிகழ்த்துவது மிகவும் நல்லது.

அன்றாட நிகழ்ச்சிகளில் இருந்து மாறுதல் ஏற்படுத்துங்கள். உதாரணமாக பக்கத்து வீட்டுக் குழந்தையிடம் சிறிது நேரம் விளையாடுங்கள். அதன் மழலையை ரசியுங்கள். தினசரி செல்லும் யோகா வகுப்புடன் கொஞ்ச தூரம் மூச்சிறைக்க ஓடிப் பாருங்கள். எந்த அளவு தினசரி வழ்க்கையிலிருந்து மாறுபட்டு ஏதேனும் செய்கிறீர்களோ அந்த அளவுக்கு மூளை புத்துணர்ச்சி பெறும்.

ஆட்டோ சஜ்ஜஷன் என்று தனக்குத் தானே அறிவுரை சொல்லும் முறை ஒன்றும் உண்டு. “சாமிநாதா! நிச்சயமா உன்னால இந்தப் பாடத்தப் படிச்சுற முடியுண்டா! ஆஃப்டர் ஆல் ஆறு பக்கம்தாண்டா இருக்கு. மத்தியானத்துக்குள்ள படிச்சு ஒரு வாட்டி எழுதியும் பாத்துர்ரா! அதுக்கப்புறம் வேணும்னா மாதப்பன் வீட்டுக்குப் போய்க் கொஞ்ச நேரம் அரட்டை அடிப்பியாம்” என்பது மாதிரி உங்களுக்கு

நீங்களே ஒரு இலக்கு நிர்ணயம் செய்து உங்களுக்கு நீங்களே ஆலோசனையும் சொல்லிக் கொண்டு அதன் படி செய்தும் பாருங்கள். ஜாலியாக இருக்கும்.

சம்பந்தமேயில்லாத 10 வார்த்தைகளை எழுதி வைத்துக்கொண்டு பிறகு அவற்றைப் ஒரே முறை படியுங்கள். (உதாரணமாக கொக்கு, பென்சில், செருப்பு, கடிகாரம், சப்பாத்தி, வானவில், பாக்கு, நூல், சைக்கிள், இஞ்சி இப்படி). இரண்டு நிமிடங்கள் கழித்து அவற்றை பார்க்கமலே திரும்பச் சொல்ல முயற்சி செய்யுங்கள். எவ்வளவு வார்தைகள் சரியாக எழுத முடிகிறது எனப் பாருங்கள். திரும்பத் திரும்ப முயற்சிக்கும்போது எண்ணிக்கையும் அதிகமாவதைக் கவனியுங்கள்.

❐ ❐ ❐

"The stupid neither forgive nor forget; the naive forgive and forget; the wise forgive but do not forget."

மெமரி பூஸ்டர்

(28)

- Thomas S. Szasz

ப்ரகாஷ்ராஜ் வசூல் ராஜா திரைப் படத்தில் டென்ஷன் ஏற்படும் போது வாய்விட்டுச் சிரிப்பதைப் பார்த்திருப்பீர்கள். வாய் விட்டுச் சிரிக்கும்போது மூளை சிலிர்ப்படையும். நன்கு சிரித்துவிட்டு ஒரு பாடத்தைப் படித்துப் பாருங்கள். மனதில் முன்பை விட நன்கு பதிவதை உணரலாம். அடிக்கடி சிரிக்கும்போது உருவாகும் எண்டார்ஃபின் என்னும் வேதிப்பொருள் மூளையின் செயல்பாட்டுக்கு மிகவும் நல்லது. சிரிப்பு புது எண்ணங்களையும் உத்திகளையும் உருவாக்கும் வல்லமை கொண்டது.

தேர்வெழுத்தச் செல்லும் முன் லேசாகத் தசைகளை இறுக்கியும் தளர்த்தியும் விடுங்கள். இது 25% வரை உங்களுக்கு நினைவாற்றலை மேம்படுத்தும் என்கிறார்கள் அறிஞர்கள்.

கண்களை மூடியபடி ஷவரில் குளித்துப் பாருங்கள். கண்கள் மூடியிருக்கும்போது இதர புலன்கள் கூர்மையாவதை உணர்வீர்கள். சோப்பின் வாசனை, அதன் ஸ்பரிசம், பேஸ்டின் சுவை, கொட்டும் தண்ணீரின் ஓசை போன்றவை துல்லியமாகத் தெரிவதை உணர்வீர்கள்.

மூளை அப்புலன்களைக் கூடுதல் விழிப்புடன் இருக்கச் செய்கிறது.

ஆங்கிலத்தில் டெட் டைம் என்று ஒன்று உண்டு. அதாவது பயன் படுத்தப்படாமல் வெறிதே கழிகின்ற பொழுது. வெட்டி அரட்டை, வீணான டீவி நிகழ்ச்சிகள் என்று உங்கள் நேரத்தைக் கபளீகரம் செய்யும் எத்தனையோ உண்டு. அவற்றை இனம் கண்டு உருப்படியாகப் படிப்ப தில் அந்த நேரத்தைச் செலவிடுங்கள்.

மனதில் ஏதாவது ஒரு விஷயம் உறுத்திக் கொண்டே இருந்தால் அதை முதலில் சரி செய்யுங்கள். உதாரணமாக ஒரு நண்பனுடன் சண்டை போட்டுக் கொண்டு பேசாமல் வந்து விட்டது உறுத்திக் கொண்டே இருந்தால் ஒரு ஃபோன் செய்து மனம் விட்டுப் பேசி அந்தப் பிரச்னைக்கு ஒரு முற்றுப் புள்ளி வைத்து விட்டுப் பிறகு படிக்க உட்காருங்கள். இல்லா விட்டால் கண் புத்தகத்தைப் பார்த்துக் கொண்டிருந்தாலும் மனம் நண்பனையே சுற்றி வந்து கொண்டிருக்கும்.

மனதுக்குள்ளாகவே கற்பனை நண்பர்களை உருவாக்கி அவர் களிடம் படித்ததை எல்லாம் சொல்லிப் பாருங்கள்.

படிக்கும் அறையும் புத்தக மேசையும் ஒழுங்கான முறையில் இருக் கட்டும். கன்னாபின்னா வென்று இறைந்து கிடக்கும் பொருட்கள் உள்ள அறையும், அங்கே குப்பை மேடாக இருக்கும் மேசையும் நிச்சயம் மனதில் செய்திகளைப் பதிய வைப்பதைக் குறைக்கவே செய்யும்.

தொடர்ந்து படித்துக் கொண்டிருக்கும் போது ஒரு சிறிய இடவெளி விட்டு வளர்ப்புப் பிராணிகளைக் கொஞ்சுவதோ அல்லது தோட்டத்துச் செடிகளுக்குத் தண்ணீர் விடுவதோ அல்லது இது மாதிரி உங்கள் மனதுக்குப் பிடித்த ஏதாவது ஒரு வேலையைச் செய்யுங்கள். பிறகு மறுபடியும் படிக்க உட்காருங்கள். இப்போது ஜோராகப் படிப்பு மனதில் பதிவதை உணரலாம்.

சிறிய அளவிலான டேப் ரெக்கார்டரையும் இயர்ஃபோனையும் எடுத்துக் கொண்டு மெல்ல நடை பயிலுங்கள். டேப்பில் படிக்க வேண்டிய செய்தியைப் பதிவு செய்து அதைக் கேட்டுக் கொண்டே நடவுங்கள். மனதில் ஆழமாகப் பதிவதை உணருவீர்கள்.

வகுப்பில் மிக அதிகமாக மதிப்பெண் எடுப்பவர்களுடன் அதிக நேரம் செலவிடுங்கள். அவர்கள் ஒரு பாடத்தை எப்படிப் படிக்கிறார்கள்

என்பதைக் கண்ணால் பார்த்தும் காதால் கேட்டும் தெரிந்து கொள்ள முயற்சி செய்யுங்கள்.

வீண் விவாதத்தில் ஈடுபடாதீர்கள். இதனால் நேரமும் வீணாகிறது. அதன் தொடர்ச்சியாகப் படிக்கும் சமயத்தில் விவாதங்கள் மனதை அலைக்கழித்துச் சரியானபடி பாடத்தை நினைவில் நிறுத்துவதைத் தடுக்கும்.

உங்களைப் பற்றி நல்ல விதமாக எண்ணுங்கள். பள்ளியில் முதல் மதிப்பெண் வாங்குகிறவர்களும் மாநிலத்தில் முதலாவதாகத் தேர்ச்சி பெறுபவர்களும் ஆகாயத்தில் இருந்து குதித்தவர்கள் அல்ல. அவர்களும் உங்களைப் போன்றவர்கள்தான். எனவே, 'என்னால் முடியும்' என்று தினசரி சொல்லிக் கொள்ளுங்கள். உங்களைப் பற்றி உயர்வாக எண்ணுவதே மனதில் பாடங்களை இறுத்தக் கூடுதலாக உதவும். ஆந்திராவில் நிஸ்சல் நாராயணம் என்னும் 11 வயதுச் சிறுவன் நினைவாற்றலில் சாதனை படைத்து கின்னஸ் சாதனைப் புத்தகத்தில் இடம் பிடித்திருக்கிறான். அவன் முன் வைக்கப்பட்டிருந்த பொருட்களில் 225 எண்ணிக்கையை அவற்றுக்கான எண்ணுடன் சொல்லி இந்தச் சாதனையை அவன் செய்திருக்கிறான். இதெல்லாம் உங்களாலும் முடியும் என்று நம்புங்கள்.

அழுக்கில்லாத ஆடை அணிந்து கொள்ளுங்கள். வீட்டில் இருக்கும் போது - குறிப்பாகப் படிக்க ஆரம்பிக்கும் முன்னர் - முகம், கை கால்களை நன்கு கழுவிப் பார்க்கும்படியான தோற்றத்தில் இருங்கள்.

உங்களை நீங்களே கேள்வி கேட்டுப் பதில் பெறுங்கள். மூளை சுறுசுறுப்பாக இருக்க உங்களை நீங்களே பல விதங்களிலும் கேள்வி கேட்டு அதற்கான விடை காண முயற்சி செய்யுங்கள். ரயிலிலோ அல்லது பஸ்ஸிலோ போகும் போது ஒரு கிலோமீட்டரைக் கடக்க எவ்வளவு வினாடிகள் ஆகிறது எனக் கடிகாரத்தைப் பர்த்துக் கணக்கிட்டு ரயிலின் வேகத்தைக் கண்டு பிடியுங்கள்.

சுறுக்கு வழியில் விடை காணுங்கள். பயணங்களின் போதோ காத்திருக்கும் போதோ சின்னச் சின்னக் கணக்குகளை மனதுக் குள்ளாகவே போட்டுப் பாருங்கள்.

உதாரணமாக *37 x 99* என்பதை *37 x 100 = 3700* அதிலிருந்து *37* ஐக் கழித்தால் வருவது *3663* எனச் சுருக்கு வழிகளில் விடை காண முயற்சி யுங்கள்.

சரி! இத்தனை நாட்களாக நினைவாற்றலை மேம்படுத்தும் சில உத்திகளைப் பார்த்தோம். இவற்றை முறையாகப் பயிற்சி செய்தால் வெற்றிகள் குவியும். நினவாற்றல் பெருகும். ஆனால் ஒன்றை மட்டும் மறந்து விடுங்கள். அது எது என்கிறீர்களா? கீழே உள்ள திருக்குறளைப் படியுங்கள். புரியும்.

நன்றி மறப்பது நன்றன்று நன்றல்லது
அன்றே மறப்பது நன்று